લાઈફ IM પોસિબલ

AF527725

પ્રફુલ શાહ

મુખ્ય પ્રાપ્તિસ્થાન

નવભારત સાહિત્ય મંદિર

જૈન દેરાસર પાસે, ગાંધી રોડ, અમદાવાદ - ૩૮૦ ૦૦૧

૨૦૨, પેલિકન હાઉસ, ગુજરાત ચેમ્બર ઓફ કોમર્સના કંપાઉન્ડમાં,
આશ્રમ રોડ, અમદાવાદ - ૩૮૦ ૦૦૯

☎ (૦૭૯) ૨૨૧૩૯૨૫૩, ૨૨૧૩૨૯૨૧
૯૮૨૫૦ ૩૨૩૪૦

e-mail : info@navbharatonline.com
www.navbharatonline.com
fb.com/NavbharatSahityaMandir

LIFE IM POSSIBLE

Novel

by Praful Shah

NAVBHARAT SAHITYA MANDIR
AHMEDABAD
2022

ISBN No. : 978-93-93223-83-8

પુનર્મુદ્રણ : ઑક્ટોબર, 2022

લેખકનો ફોટો : કલાશ્રી ગાયકવાડ બર્વે

પ્રકાશક

મહેન્દ્ર પી. શાહ

નવભારત સાહિત્ય મંદિર

જૈન દેરાસર પાસે, ગાંધી રોડ, અમદાવાદ-૩૮૦૦૦૧

ફોન: (૦૭૯) ૨૨૧૩૯૨૫૩, ૨૨૧૩૨૯૨૧

E-mail : info@navbharatonline.com

Web : www.navbharatonline.com

fb.com/NavbharatSahityaMandir

મુદ્રક : અંબિકા મુદ્રણાલય, અમદાવાદ

અર્પણ

ખરા અર્થમાં દિનેશ કલવાની અર્ધાંગિની અને
એથીય વિશેષ કરોડરજ્જુ સાબિત થયેલી
હસ્મિતાને....

આમ આદમી, અફલાતૂન લડવૈયો

'લાઇફ IM પૉસિબલ'. હા, વાતનો શુભારંભ શીર્ષકથી. આ 'લાઇફ ઇમ્પૉસિબલ' નથી, 'લાઇફ આઇ એમ પૉસિબલ' છે. અનેક વિપરીત સંજોગોમાં દુઃખના દરિયામાં ઊંડે ઊંડે ડૂબકી મારીને જીવનનાં, જોમનાં, જીવવાનાં અને આશાનાં મોતીડાં લાવનારાની પ્રેરણાદાયક કથા છે આ પુસ્તક.

સૂર્યકાંત ભાંડે પાટિલ પરથી ગુજરાતી-મરાઠીમાં 'દશ્યમ-અદશ્યમ' અને અંગ્રેજી-હિન્દીમાં 'ફાધર્સ ડે' તથા કેતકી જાની પરથી 'અગ્નિજા'ને મળેલા કલ્પનાતીત પ્રતિસાદ બાદ દિનેશ કલવાના જીવનસંઘર્ષને આવર્યો છે 'લાઇફ IM પૉસિબલ'માં. કચ્છના ગાંધીધામમાં રહેતો યુવાન તકલીફો-મુસીબતો સામે 'ચલ હટ, આઘી રહેજે હોં'નો પડકાર ફેંકીને એવો વટભેર જીવ્યો કે ખૂબ માન ઊપજ્યું. ત્રણ વર્ષ અગાઉ મારાં ત્રણ પુસ્તકના વિમોચન માટે વ્હીલચૅરમાં છેક ગાંધીધામથી મુંબઈ આવ્યો! એ પહેલી મુલાકાત અલપઝલપ, પણ સ્નેહ-સેતુ બંધાઈ ગયો. પછી સોશિયલ મીડિયા અને ફોન થકી અઢળક આદાન-પ્રદાન, જેમાં રોપાયું 'લાઇફ IM પૉસિબલ'નું બીજ. કચ્છની ત્રણ મુલાકાતમાં કલાકોના કલાકો સુધી વાતો થઈ.

આ ડોક્યુ-નૉવેલ લખતી વખતે સતત એક રંજ કોરી ખાતો કે દિનેશની સંઘર્ષયાત્રાનો ઑક્સિજન, કરોડરજ્જુ અને દીવાદાંડીથી વિશેષ એવી પ્રેમિકા-પત્ની હસ્મિતાના પ્રદાનને ઉચિત ન્યાય મળ્યો નથી, એટલે 'લાઇફ IM પૉસિબલ' હસ્મિતાને અર્પણ.

આ યુગલના જીવવા, ઝઝૂમવા અને જીતવાનું એકમાત્ર કારણ એટલે બે વહાલસોયાં સંતાન હસ્તી અને હર્ષિલ. બેઉને ખૂબ વહાલ-આશીર્વાદ.

મારા ક્રિએટિવ રાઇટિંગની પહેલી તક આપનારા 'મુંબઈ સમાચાર' અને તંત્રી-મિત્ર નીલેશ દવેને કેમ ભુલાય?

આગળનું વાચકો સંભાળી લેશે.

– પ્રફુલ શાહ

Email : prafulshah1@gmail.com

મો. ૯૮૬૯૯ ૦૦૨૦૦

બીજી આવૃત્તિનો હરખ

કચ્છના ગાંધીધામમાં રહેતા રિયલ લાઇફ હીરો દિનેશ કલવાની અપ્રતિમ પ્રેરક સંઘર્ષ ગાથા 'લાઇફ IM પૉસિબલ'ની બીજી આવૃત્તિનો વિશેષ આનંદ છે. ગુજરાતી ઉપરાંત અંગ્રેજી અને હિન્દીમાં પ્રગટ થયા બાદ મરાઠી ભાષામાં પણ આ પુસ્તક આવવામાં છે.

સેમિ-ડૉક્યુ નવલકથા 'લાઇફ IM પૉસિબલ' અત્યાર સુધી ગુજરાતના રાજ્યપાલ શ્રી આચાર્ય દેવવ્રત, ગુજરાતના ઉપ-મુખ્યમંત્રી શ્રી નીતિન પટેલ, રાજ્યપાલ શ્રીમતી આનંદીબહેન પટેલ સહિતના મહાનુભાવો સુધી પસંદ કરી છે અને તેમના અભિનંદન-શુભેચ્છા પામી છે.

દેશની બહાર ઇટલીના જિ બાર્ટોલોમી, બ્રિટનના મૂકેશ જેસવાની, અમેરિકાના વૈશાલી માહેશ્વરી, પ્રવીણા કલવા, દુબઈના સલોની શાહ અને ઑસ્ટ્રેલિયાના આશિષ શાહ સહિતના સેંકડો વાચકો 'લાઇફ IM પૉસિબલ' પર ઓળઘોળ થઈ ચૂક્યા છે.

આ સફળતા મારી કલમથી વધુ દિનેશ કલવાના અડીખમ જોશ, પુરુષાર્થ અને આશાવાદની છે, એ કહેવામાં ગર્વ અનુભવું છું.

દિનેશના જીવન-સંઘર્ષને શબ્દસ્થ કરવા બદલ એટલી જ કામના કે 'લાઇફ IM પૉસિબલ' વધુ ને વધુ લોકોને જીવવાનો, ઝઝૂમવાનો અને જીતવાનો જોમ-જુસ્સો આપે.

'લાઇફ IM પૉસિબલ'નું મારા માટે વધુ એક વ્યક્તિગત મહત્ત્વ છે : આ પુસ્તક થકી નવભારત સાહિત્ય મંદિર, અમદાવાદ સાથે મારા સંબંધનાં બીજ રોપાયા. શ્રી રોનકભાઈ શાહના ઉત્સાહ થકી બીજી આવૃત્તિ શક્ય બની છે. આ પ્રસંગે સમગ્ર નવભારત પરિવારનો આભાર.

અત્યાર સુધી મળેલો અનરાધાર સ્નેહ વાચકો કાયમ વરસાવતા રહે એવી અભ્યર્થના.

— પ્રફુલ શાહ

મો.નં. 98696 00200

Email : prafulshah1@gmail.com

॥ શ્રીસ્વામિનારાયણો વિજયતે ॥

પ્રગટ બ્રહ્મસ્વરૂપ
મહંતસ્વામી મહારાજ
(સ્વામીશ્રી કેશવજીવનદાસજી)

BAPS

2053760

તા. ૦૨-૧૦-૨૦૨૦
નેનપુર

પ્રતિ,
પ.ભ. શ્રી દિનેશભાઇ કલવા ,
જય સ્વામિનારાયણ.

આપના જીવન પર જે પુસ્તક લખાયું છે. " લાઈફ I M પોસિબલ " તે અનેકને પોતાના જીવન ઘડતરમાં ઉપયોગી નીવડશે. હકીકતમાં તો, આપનું જીવન જ એવું પ્રેરણારૂપ છે. ફક્ત દિવ્યાંગજનોને જ નહિ પરંતુ તનથી તંદુરસ્ત અને મનથી વિકલાંગ એવા જે યુવાનો હોય તેને તો ખાસ પ્રેરણારૂપ છે. આપના જીવનમાં નાનપણથી ખૂબ કષ્ટો આવ્યા અને ભરજુવાનીમાં આપને Physical Disability આવી છતાં આપ હિંમત હાર્યા વગર અને આત્મવિશ્વાસ ખોયા વગર આગળ વધ્યા. કુદરત ઉપર કોઈ જાતનો આક્ષેપ કર્યા વગર, જેમ છે તેમ પરિસ્થિતિને સ્વીકારીને, ભગવાનમાં અતૂટ શ્રદ્ધા અને વિશ્વાસ રાખીને તે કપરી પરિસ્થિતિમાંથી રસ્તો કાઢીને સિદ્ધિની ટોચ હાંસલ કરી છે. આપનું આવું પ્રેરણામય જીવન અનેક ડિપ્રેશન, ચિંતામાં જીવી રહેલા હતાશ અને નિરાશ લોકોના જીવન પર પ્રેરણાનો પ્રકાશ પાથરીને તેમના જીવનને ઉજાગર કરે. આપ અન્ય દિવ્યાંગજનોની પરિસ્થિતિને સમજીને એક યંત્ર બનાવી રહ્યા છો જે વહીલચેર પર બેઠેલા વ્યક્તિને કોઈની પણ સહાય વગર ઊભા થવામાં મદદરૂપ થશે તે પ્રોજેક્ટમાં પણ આપને સારી સફળતા મળે. અનેક દિવ્યાંગજનો આ યંત્રનો ઉપયોગ કરીને પગભેર થઇ શકે અને તેમનું જીવન ખુશીથી ભરાઈ જાય. આપના બીજા પ્રયોજનો દ્વારા પણ તેઓને સહાયરૂપ થવાના જે આપના સંકલ્પો છે તે પણ પૂર્ણ થાય તથા આપનું તેમજ આપના પરિવારના સૌ સભ્યોનું સ્વાસ્થ્ય સારું રહે એવી ભગવાન શ્રી સ્વામિનારાયણ અને ગુરુહરિ પ્રમુખસ્વામી મહારાજના ચરણોમાં પ્રાર્થના કરી છે.

લિ. આજ્ઞાથી,
સાધુ શ્રુતિપ્રિયદાસના જય સ્વામિનારાયણ.

સાધુ કેશવજીવનદાસ (મહંતસ્વામી મહારાજ) ના આશીર્વાદ સહ ઘણાજ હેતપૂર્વક જય શ્રી સ્વામિનારાયણ.

શ્રી બી.એ.પી.એસ. સ્વામિનારાયણ મંદિર, શાહીબાગ રોડ, અમદાવાદ - ૩૮૦ ૦૦૪.
Email: letters@in.baps.org • www.baps.org

હું, જિંદગી, ચમત્કાર અને...

'એવું લખો કે લોકો વાંચ્યા કરે અથવા એવું જીવો કે લોકો લખ્યા કરે.'

મારા ફેસબૂક એકાઉન્ટ પર ટૅગલાઇન મૂકી ત્યારે સ્વપ્નેય કલ્પના નહીં કે મારા પર, દિનેશ કલવા પર પુસ્તક લખી શકાય. મારા જીવન પર લખાયેલી ડોક્યુ-નૉવેલ 'લાઇફ IM પૉસિબલ'ના પ્રકાશનનો સમય આવી પહોંચ્યો. આજે સમજાતું નથી કે હૃદયમાં જે લાગણીનાં સ્પંદનો છે એ કયા શબ્દોમાં વ્યક્ત કરવાં?

લગભગ અઢારેક મહિના પહેલાં પ્રફુલ શાહસાહેબ સાથે ફોન પર વાત થતી હતી ત્યારે તેમણે અચાનક કહ્યું કે, 'દિનેશ, હું તારા સંઘર્ષ પર નવલકથા લખવા માગું છું.' મને મારા કાન પર વિશ્વાસ ન બેઠો. મારી ટૅગલાઇન પ્રમાણે જીવન સાર્થક થઈ રહ્યું હતું અને પ્રફુલ શાહ જેવા મોટા લેખક ઉમળકાથી પહેલ કરે ત્યારે તો ખાસ.

જીવનમાં હું તેજતર્રાર ઘોડાની જેમ ધસમસતો આગળ વધી રહ્યો હતો. લાગતું હતું કે હવે મારાં બધાં સપનાં સાકાર થવાનાં છે, પરંતુ ૨૦૦૫ની ૨૦મી માર્ચે મારું જીવન નિરાશા-હતાશાના અંધકારભર્યા બ્લૅક હોલમાં ધકેલાઈ ગયું. એ સમયે લાઇફ ઇમ્પૉસિબલ લાગતું હતું, પરંતુ જ્યારે આજે મારી એ કઠિન જીવનયાત્રાને પ્રફુલ શાહસરના કલમ, કલ્પના અને અનુભવ થકી અક્ષરદેહ મળી રહ્યો છે ત્યારે એમનો આભાર માનવાની રીત મને સૂઝતી-સમજાતી નથી.

શાહસર ત્રણ-ત્રણ વાર છેક મુંબઈથી કચ્છ આવ્યા મને મળવા. મારી સાથે કલાકોના કલાકો વાતો કરી, પરિવારજનો સાથે લાંબી ચર્ચા કરી, મારી ઑફિસ જોઈ ને મને જિમ્નેશિયમમાં જોયો. હું કાર ડ્રાઇવ કરતો

હતો ત્યારે સાથે બેઠા. માત્ર મારી કહેલી વાત માનીને તેમણે લખ્યું નથી, આ પુસ્તકમાં જે કંઈ છે એ ૧૦૧ ટકા સત્ય છે. આભાર સર!

ઈશ્વરે મારા જીવવાની પૂરપાટ ધસમસતી ગાડીને એક જ ઝાટકે એવી ક્રૂર બ્રેક મારી કે હું ક્યાંયનો ન રહ્યો, પણ મને જીવનનું બળ મળ્યું મારાં બે વહાલાં સંતાન હસ્તી અને હર્ષિલ થકી. આના માટે હું ઈશ્વરનો આભારી રહીશ, અંતિમ શ્વાસ સુધી.

'લાઇફ IM પૉસિબલ' ભલે મારી વાત છે, પણ લાઇફને પૉસિબલ બનાવવાવાળી મારી પત્ની હસ્મિતા છે. હકીકતમાં આ કૃતિનો કથાનાયક હું નથી, મુખ્ય નાયિકા હસ્મિતા જ છે. આ કારણસર પુસ્તક હસ્મિતાને અર્પણ કરવા બદલ હું પ્રફુલ શાહસરનો ઋણી છું.

મારા તરફથી આ પુસ્તક મારા બધા દિવ્યાંગ ભાઈઓને અર્પણ કરું છું. આ ખાલી મારી નહીં, વિકટ સંજોગો સામે લડનારા બધા દિવ્યાંગોની કથા છે. એ સૌ વતી પણ હું શાહસરનો આભારી રહીશ.

મારું જીવન સૌપ્રથમ જાહેર થયું કેતકી જાની દ્વારા, ૨૦૧૬માં. તેમણે ભારતના સૌથી જૂના અને પ્રતિષ્ઠિત અખબાર 'મુંબઈ સમાચાર'માં લેખ લખ્યો. એ પ્રગટ કરવા બદલ 'મુંબઈ સમાચાર'ના તંત્રી નીલેશ દવેસરનો ખૂબ ખૂબ આભાર.

મને જીવનમાં લડવાની જે તાકાત મળી એ મારા વડીલોના આશીર્વાદ વગર ક્યાં શક્ય હતું? મને સદૈવ પૂરેપૂરો સાથ આપવા બદલ મામા-મામીનો આભારવશ છું. કાકા-કાકી, ભાઈઓ અને બહેનોએ પણ ખૂબ પ્રેમ આપ્યો. આજે મારા માથા પર જેમનો હાથ નથી છતાં આશીર્વાદ કાયમ હોય છે, એવાં મારાં નાની જયાબહેન, નાના છગનલાલ, મમ્મી ભારતીબહેન, પપ્પા મુરલીધર, દાદી હેમાબહેન અને દાદા દામોદરદાસને વંદન કરું છું. વડીલ છતાં મિત્રોની જેમ રાખનારા લાલભાઈકાકા અને રમેશકાકા, જીજાજી દીપચંદ લોહિયા અને અશોક મહેશ્વરીને આજે આ ક્ષણે બહુ જ મિસ કરું છું. સાથોસાથ મને પ્રોત્સાહિત કરવા બદલ મારા મિત્ર સમાન ભાઈઓ અને ભાઈ સમાન મિત્રોને યાદ કર્યા વગર કેમ ચાલે? આ સાથે જ મારા પાર્ટનર મહેશભાઈ અને ઑફિસના સ્ટાફનો ખૂબ ખૂબ આભાર મને હંમેશાં સાથ આપવા બદલ.

કંઈ કહેવાની હેસિયત નથી, છતાં કહીશ કે કોઈ મુસીબત જીવનથી મોટી નથી. બસ, લડતાં રહો ને હસતાં રહો.

'લાઇફ IM પૉસિબલ' એટલે હું, હસ્મિતા, ચમત્કાર અને પ્રફુલ શાહસર. આશા છે, એ સૌને ગમશે અને પ્રેરણારૂપ બનશે.

આભાર.

– દિનેશ કલવા

E-mail : luckykalva@gmail.com

લેખક-પરિચય

પ્રફુલ શાહ : મૂળ રાજવી કવિ કલાપીના ગામ લાઠીના વતની. ચાર દાયકાથી મુંબઈના ગુજરાતી પત્રકારત્વ આલમમાં સક્રિય પ્રફુલ શાહ હજારો લેખ અને કેટલીય લોકપ્રિય કૉલમ લખી ચૂક્યા છે. 'જન્મભૂમિ', 'ગુજરાત સમિચાર', 'મિડ-ડે' અને 'સમાતંર પ્રવાહ' જેવાં નામાંકિત અખબારોમાં મહત્ત્વપૂર્ણ જવાબદારી સફળતાથી નિભાવી છે. એશિયાના બે દાયકા જૂના ઐતિહાસિક અખબાર 'મુંબઈ સમાચાર'માંથી નિવૃત્ત થયા. હવે ફુલટાઇમ પુસ્તક ઉપરાંત ફિલ્મ-વેબ શૉ લેખનમાં પ્રવૃત્ત. અત્યારે 'મુંબઈ સમાચાર'માં 'ગુજરાતનો જલિયાંવાલાં કાંડ' અને 'વિશ્વના શ્રેષ્ઠ યોદ્ધા' અને 'દિવ્ય ભાસ્કર'માં 'ક્રાઇમ ઝોન' નામક કૉલમ લખે છે. સાથોસાથ સિનેમાના ઊંડા અભ્યાસી. આસપાસના સાચુકલા માનવીની જીવતી-જાગતી પ્રેરણાદાયક વાતોને ઊંડા સંશોધન અને રસપ્રદ શૈલીમાં રજૂઆત એ એમની વિશેષતા છે.

૨૦૧૯ના ઑગસ્ટમાં તેમના નામે અનોખો વિક્રમ નોંધાયો : માત્ર ૧૫ દિવસમાં તેમની સંકલ્પના અને સંશોધનવાળી બબ્બે વેબ મૂવી 'બારોટ હાઉસ' અને 'પોષમ પા' Zee-5 પર રિલીઝ થઈ. કોઈ ગુજરાતી તો, ઠીક ભારતીય લેખક કે પત્રકાર આવું સિદ્ધ કરી શક્યા નથી. પાંચ આંતરરાષ્ટ્રીય ફિલ્મ ફેસ્ટિવલ અટેન્ડ કરી ચૂકેલા પ્રફુલભાઈએ 'અજબ ગજબ કસબ' અને 'એક પટરાણી, એક ખટપટરાણી' નામના નાટક લખ્યાં છે.

પાંચ ભાષામાં ૩૫ પુસ્તક લખી ચૂકેલા પ્રફુલ શાહ અન્ય માધ્યમોમાં પણ સક્રિય છે. ટીવી સિરિયલમાં 'સ્વપ્ન કિનારે', (ગુજરાતી-૧૦૦ જેટલા એપિસોડ), જીવન-જ્યોતિ (૧૩ એપિસોડ) અને 'રજની' સહિતની કેટલીક સિરિયલમાં લેખન કર્યું છે. છોગામાં 'ધ વ્હાઇટ લૅન્ડ' (ગુજરાતના નાના રણના અગરિયાઓની વેદના-સંઘર્ષ પર આધારિત કથાનક), 'ફાધર્સ ડે' (નવલકથા પર આધારિત) અને ગુરખા સૈનિક વિષ્ણુ પ્રસાદ શ્રેષ્ઠ પર બાયોપિક ફિલ્મમાં એમની કલમની કમાલ છે.

પ્રફુલ શાહનાં પુસ્તકો

* 'દશ્યમ્-અદશ્યમ્' (નવલકથા – દૈનિક અખબારમાં ધારાવાહિક ઉપરાંત ગુજરાતી, હિન્દી, અંગ્રેજી, મરાઠીમાં પ્રકાશિત, સત્વરે ઉડિયા ભાષામાં)
* 'ફાધર્સ ડે' (અંગ્રેજી-હિન્દી)
* 'યુદ્ધ કેસરી' (મહારાષ્ટ્ર રાજ્ય ગુજરાતી સાહિત્ય અકાદમી પુરસ્કાર)
* 'સરનામા ઝિંદાદિલીનાં' (પ્રેરક વ્યક્તિત્વ)
* 'અગ્નિજા' (ડૉક્યુ-નોવેલ - ગુજરાતી અને હિન્દી બાદ સત્વરે મરાઠીમાં)
* 'ઇતિહાસ પાછળનો ઇતિહાસ'
* 'દાદલો' (નવલકથા – દૈનિક અખબારમાં ધારાવાહિક બાદ ગુજરાતી અને અંગ્રેજીમાં)
* 'બ્રેકિંગ ન્યૂઝ' (નવલકથા – ગુજરાતી-અંગ્રેજી-હિન્દીમાં)
* 'ગૉલ્ડફિશ' (નવલકથા – ગુજરાતી-હિન્દી-અંગ્રેજીમાં)
* 'લાઇફ IM પૉસિબલ' (ડૉક્યુ-નોવલ – ગુજરાતી, અંગ્રેજી, હિન્દી અને મરાઠી)
* 'ડિયર કુકુ' (સસ્પેન્સ નવલકથા – ગુજરાતી અને અંગ્રેજીમાં)
* 'ફાઈલ-K' (સસ્પેન્સ નવલકથા – ગુજરાતી, મરાઠી અને અંગ્રેજીમાં)
* 'વીજળી અને ટાઇટેનિક' (બે ભયંકર દરિયાઈ કરુણાંતિકાની અભ્યાસપૂર્ણ છણાવટ)
* 'ગ્રેટ રોબરી' (સત્ય લૂંટકથાઓ)

1

એને ક્યાં ખબર હતી કે જે રસ્તા પર એ પવનવેગી અશ્વની જેમ ગાડી દોડાવી રહ્યો હતો ત્યાં એ ફરી ક્યારેય પગ મૂકવાનો નહોતો, મૂકી શક્વાનો નહોતો! ભાવિનાં એંધાણથી એકદમ અજાણ દિનેશે પોતાની ગાડી ગાંધીધામથી કાઢી ત્યારે તે એકદમ ખુશ હતો, જોશમાં હતો. ગાડીની ગતિ જાણે તેને સપનું સાકાર કરવાની દિશામાં આગળ લઈ જતી હતી! તેને ખૂબ ધનવાન થવું હતું, મોટા બિઝનેસમૅન થવું હતું. કારોબાર એટલો ફેલાવવો હતો કે છ મહિના યુરોપમાં રહેવું પડે ને છ મહિના ગાંધીધામમાં. પોતાના પુરુષાર્થ થકી ચડેલા પ્રગતિના એક-એક સોપાનથી તેનું જોશ વધી રહ્યું હતું. એકલક્ષી અર્જુનની જેમ દિનેશને આખું પંખી નહીં, એની આંખની કીકી જ દેખાતી હતી. એ કીકી એટલે વધુ ને વધુ મોટા બિઝનેસમૅન થવું, માલેતુજાર થવું, પોતાના નામના સિક્કા પડે, ડંકા વાગે.

દરિયાની જેમ ભરતી-ઓટ વગરનું સતત સંઘર્ષમય જીવન જીવી ચૂકેલા દિનેશ માટે એક-એક નવો સૂર્યોદય આશા-ઉત્સાહની સોગાદ લઈને આવતો હતો. અથાગ મહેનત, અગણિત પ્રયાસોના પરિપાકરૂપે મળતી સફળતા વચ્ચે દિનેશે મનોમન એક વાતની ગાંઠ બાંધી લીધી હતી : મહેનતમાં તસુભાર કચાશ ન રાખવી. ક્યાંય કોઈ ભૂલ ન કરવી.

એને ખબર નહોતી કે એ ઘરેથી પહેલી ભૂલ કરીને નીકળ્યો હતો. પ્રેમાળ પત્ની હસ્મિતાએ દિનેશનો હાથ પકડીને પ્રેમથી પૂછ્યું હતું, 'દિનેશ, આજે તમે ન જાઓ તો?' દિનેશ હસી પડ્યો, 'અરે, ક્લાયન્ટને સ્પેરપાર્ટ્સની જરૂર હોય ને મારે ઘરે બેસી રહેવાય? કાલ સાંજ સુધીમાં તો આવી જઈશ હું.'

કાશ! દિનેશે હસ્મિતાની વાત માની લીધી હોત. એ તો ગાડી બૉલેરો એક્સેલ લઈને ઝડપભેર રવાના થઈ ગયો. આ ગાડી પ્રત્યે વિશેષ પ્રેમ હોય જ ને? ત્રણ મહિના પહેલાં જ લીધી હતી આ ગાડી, પણ એકદમ ટીપટૉપ. વરસો જૂના ડ્રાઇવર ધનજી બારોટ, શિપના સ્પેરપાર્ટ્સના ઇન્સ્પેક્શન માટે ચંદ્રસેન સૈજાદપુરી અને તેમના યુવાન આસિસ્ટન્ટ સાથે કાફલો નીકળી પડ્યો. આજની મંઝિલ હતી અલંગ.

અલંગ શિપયાર્ડ દુનિયાનું સૌથી મોટું શિપ બ્રેકિંગયાર્ડ. આ તૂટતા-ભાંગતા જહાજવાડામાં દિનેશ જેવા કેટકેટલાયનાં સપનાં ઊગતાં અને ફૂલતાંફાલતાં હતાં. દિનેશને હસવું આવી ગયું કે શિપિંગના બિઝનેસમાં સમય સામે જોવાનું ક્યાં શક્ય બનતું હતું? હસ્મિતા બધું જાણે છે, મને ઓળખે છે, છતાં આજે રોકતી કેમ હશે? એને યાદ આવ્યું અને ચહેરા પર સુખ-સ્મિતે બેઠક જમાવી. હા, એને ત્રીજો મહિનો ચાલે છે. અમારું પહેલું બાળક પણ. એના માટે તો મારે વધુ મહેનત કરવી પડે કે નહીં? પણ ડિલિવરી વખતે અને એમાંય પહેલી વખત તો સ્ત્રીઓને મનઘડંત ઇચ્છા થાય એવું કંઈક સાંભળ્યું હતું, પણ પોતાના કુનેહ, પરિશ્રમ અને ઇમાનદારીથી જે વિદેશી ક્લાયન્ટનાં મન, માન અને વિશ્વાસ જીત્યાં હતાં એ કંઈ જતાં થોડા કરાય? ૨૦૦૫ની ૧૮મી માર્ચનું ડિનર પતાવીને દિનેશ પોતાની ફોજ સાથે નીકળી પડ્યો. ભાવનગર પહોંચી ગયા એની ખબરે ન પડી. મોટે ભાગે એ વહેલી સવારે નીકળીને ભાવનગર કે અલંગ પહોંચી જતો હતો, પણ આ વખતે ન જાણે કેમ, રાતે ગાંધીધામથી નીકળીને સવારે વહેલા ભાવનગર થઈને અલંગ પહોંચવાનું નક્કી કર્યું.

અલંગ જવું દિનેશ માટે રૂટિન હતું, દર વખતે દિવસના સમયે ગાંધીધામથી નીકળીને ભાવનગરની હોટેલમાં રાતવાસો કરતા ને વહેલી સવારે ફ્રેશ થઈને અલંગ માટે નીકળી પડે.

રાત્રે જ ગાંધીધામથી નીકળતા, પણ દર વખતે ભાવનગરમાં હોટેલમાં વહેલી સવારે રોકાઈ, આરામ કરી, પછી ફ્રેશ થઈને અલંગ જવા નીકળતા, પણ આ વખતે સીધા અલંગ જવા નીકળ્યા.

આ ટ્રીપમાં રાતભર ગાડી ચલાવ્યા બાદ સવારે અલંગ પહોંચ્યા. એક નાનકડી રૂમમાં બે-ત્રણ કલાક આરામ કરીને ચારેય ફ્રેશ થયા. નાસ્તો કર્યા

બાદ તરત જ નીકળી પડ્યા પાર્ટીને મળવા. વિદેશી ક્લાયન્ટના સ્પેરપાર્ટ્સ માટે રખડ્યા. સાથોસાથ ધંધામાં છાશવારે માગ ઊભી થાય એવી સામગ્રી ખરીદી. એક જગ્યાએથી બીજી જગ્યાએ દોડધામમાં દિવસ ક્યાં વીતી ગયો એની ખબર સુધ્ધાં ન પડી. વ્યસ્તતા એટલી બધી રહી કે જમવાનો ટાઇમ ન મળ્યો. પોતાના અલંગના માણસ મિસ્ત્રીભાઈ સાથે હોવાથી કામ આસાન થઈ ગયું. આ મિસ્ત્રીભાઈ અલંગના ભોમિયા. સ્પેરપાર્ટ્સની સારી એવી પરખ અને ભાવતાલના જાણતલ.

રાતે સાત-આઠ વાગ્યે માંડ કામ પત્યું કે પાછા બધા બેઠા બૉલેરોમાં. ગાડીની પાછળની સીટ ઉપર કરીને થોડો માલ ગોઠવી દીધો. અલંગથી ભાવનગર પાછા ફરતી વખતે મિસ્ત્રીભાઈને રસ્તામાં ઉતારવાના હતા. એક બાયપાસ પાસે તેમને ઉતાર્યા, ત્યાં કંઈક ન બનવાનું બની ગયું, પણ દિનેશને એની જાણ ન થઈ. એ દિનેશથી થયેલી બીજી ભૂલ હતી, જેની ભારે, બહુ ભારે કિંમત ચૂકવવાની હતી એને.

બાયપાસ પર મિસ્ત્રીભાઈને 'બાય બાય' કરીને બધા નીકળ્યા ભાવનગર તરફ. આગળનો પ્રોગ્રામ બધાનો નક્કી હતો, જમવાનો. આખા દિવસની ભૂખ ભેગી થઈ હતી. ચર્ચાનો સવાલ નહોતો, કારણ કે ભાવનગર હાઈવે પર આવેલી રંગોલી ઓપન ગાર્ડન હોટેલમાં જમવાનું ફિક્સ જ હોય. આખો દિવસ જમવાનું ન મળે તો ચાલે, પણ દિનેશને રાતે રંગોલીમાં જ ભોજન ફાવે. એટલે હોટેલમાં જઈને હાથ-મોઢું ધોઈને ફ્રેશ થયા. જમવાનો ઑર્ડર આપતાં અગાઉ દિનેશને મન થયું કે લાવ, હસ્મિતા સાથે વાત તો કરી લઉં. ખિસ્સાં ફંફોળ્યાં, આસપાસ જોયું, ચંદ્રસેન સૈજાદપુરીને પૂછ્યું કે, 'મારો મોબાઇલ જોયો?' ગાડીમાં ખૂબ શોધ્યો, પણ અંતે દિનેશને યાદ આવ્યું કે કદાચ મિસ્ત્રીભાઈને બાયપાસ પાસે ઊતરતી વખતે દરવાજો ખોલ્યો ત્યારે નીચે સરી પડ્યો હશે. દિનેશે ચંદ્રસેનને વિનંતી કરી, 'આપ ઑર્ડર કરો, હું જરા જોઈ આવું.' દિનેશ ડ્રાઇવરને લઈને મોબાઇલ શોધવા ભાવનગર બાયપાસ ભણી વધ્યો ત્યારે ખૂણામાં ચલમ સળગાવીને એક સાધુબાવા ઉપર જોઈને બોલ્યા :

સર્વે સુખિન: સન્તુ
સર્વે સન્તુ નિરમયા: ।

અર્થાત્ કે ઈશ્વર, આપની ઇચ્છા સર્વોપરી હો. જે પણ બનશે તેને આપની ઇચ્છા ગણી તેનો સ્વીકાર કરો.

પણ ઈશ્વર જે કરવાના હતા તે દિનેશ કેવી રીતે સ્વીકારી શકવાનો હતો?

2

રાતના સમયે ડ્રાઇવરને લઈને હાઈવે પર ખોવાયેલો મોબાઇલ શોધવો એટલે ખરાબ રાજકારણીના ઝુંડમાં સારા-સાચા નેતા શોધવા જેવું ઇમ્પૉસિબલ મિશન, છતાં દિનેશને થતું હતું કે એક પ્રયાસ કરી જોવો જોઈએ. મનોમન ખાતરી ખરી કે મોબાઇલ મળી જશે. એ માન્યતા પાછળનો તર્ક તો એય નહોતો જાણતો.

અંધારામાં બરાબર એ સ્થળે ગાડી ઊભી રાખી કે જ્યાં મિસ્ત્રીભાઈને ઉતાર્યા હતા. આસપાસ જોયું, પણ એમ કંઈ અંધારામાં દેખાય? ન જાણે કેટલાં માણસો અને વાહનો પસાર થઈ ગયાં હશે હાઇવે પર. કોઈને હાથ લાગી ગયો મોબાઇલ ને કાં એની ઉપરથી ખટારો પણ પસાર થઈ ગયો હોય. અચાનક દિનેશે ડ્રાઇવરનો મોબાઇલ માંગ્યો. પછી પોતાનો મોબાઇલ નંબર ડાયલ કર્યો. નજીકમાં જ મોબાઇલની બૅલ સંભળાતા બંને આશ્ચર્યચકિત થઈ ગયા. આસપાસ જોવા માંડ્યું, પણ મોબાઇલ ક્યાંય દેખાય નહીં. દિનેશ ચકળવકળ આંખે બધે જોવા મંડ્યો તો થોડે દૂર માટીમાં કંઈક ગોળાકાર રિંગ દેખાઈ. નજીક જઈને એણે હાથ નીચો કરીને રિંગ ઉપાડી તો મોબાઇલ દિનેશનો જ! મોબાઇલ માટીમાં ઊંધો પડ્યો હતો. એના બેકસાઇડના કૅમેરાની રિંગ જ દેખાતી હતી. દિનેશ એકદમ ખુશ થઈ ગયો. એને લાગ્યું કે પોતે નસીબદાર છે અને આજે પોતાનો ઘણો સારો દિવસ છે. ખરેખર એવું હતું?

હવામાં ફંગોળાતા આ સવાલથી સાવ અજાણ દિનેશે ગાડી રિવર્સમાં લીધી. પેટમાં ભૂખના જ્વાળામુખી ભભૂકતા હતા. ન ભભૂકે તો જ નવાઈ. રાતના ૧૧:૩૦ વાગી ગયા હતા. 'રંગોલી'માં પહોંચ્યા ત્યારે દિનેશની

ટીમ સિવાય કોઈ ત્યાં નહોતું. મેન્યુ જોવાની જરૂર નહોતી. આ હોટેલમાં દિનેશનું ફેવરિટ ડિનર એટલે બટર રોટી, પાલક પનીર, પાપડ અને ઓનિયન. બાદશાહની જેમ પેટ ભરીને બધાએ ઝાપટી લીધું.

પરંતુ પછી રોકાઈ જઈને રાતે આરામ કરવાનું કોઈને સૂઝ્યું નહીં. રાતે બાર વાગ્યે જ આ વરઘોડો ગાંધીધામ જવા નીકળી પડ્યો. ડ્રાઇવરને થોડો આરામ મળી રહે એવા ઇરાદાથી દિનેશે પોતે જ સ્ટીયરિંગ વ્હીલ સંભાળી લીધું. દિનેશની બાજુમાં ચંદ્રસેન સૈજાદપુરી. પાછળની સીટમાં ડ્રાઇવરને મોકલી દીધો. આદેશ અપાયો કે તું આરામ કરી લે હમણાં. ડ્રાઇવર ધનજીએ સહર્ષ ઑર્ડર સ્વીકારી લીધો. એનાં નસકોરાં સાથે તાલ મેળવવામાં સૈજાદપુરી પણ જોડાઈ ગયો.

કાળા-ડિબાંગ અંધારાને ચીરતી બૉલેરો એક્સેલ આગળ ધસી રહી હતી. ગાડીના અવાજ સાથે ધનજીભાઈ-ચંદ્રસેનનાં નસકોરાંએ જાણે હરીફાઈ આદરી હતી. દિનેશનું ધ્યાન ડ્રાઇવિંગમાં હતું.

આગળ કંઈક જોતાં દિનેશે નાછૂટકે ગાડી રોકવી પડી. આટલી રાતે આવું બધું કરવાની શી જરૂર? પણ આવું કંઈ પોલીસને પુછાય ખરું? ગાડી રોકાતા પોલીસવાળા નજીક આવ્યા, 'ગાડીના પેપર્સ આપો, લાઇસન્સ લાવો.' બંનેને ઉપરછલ્લાં જોઈને પોલીસે જવાનો ઇશારો કર્યો એ વખતે દિનેશ ખુશ થઈ ગયો કે પાછળ પડેલા માલનાં બિલ ન માગ્યા પોલીસે. પોલીસની નજરમાંથી ખૂબ મોટી ભૂલ નીકળી ગઈ હતી. દિનેશની ગાડી પર લગાવેલી પ્લેટમાંના નંબર અને આર.સી. બૂકમાં લખેલા નંબરમાં ફરક હતો. ગાડી ખરીદ્યા બાદ માણસે કદાચ ફોન પર આર.સી. બૂક માટે એજન્ટે નંબર લખાવ્યો હશે અને સાંભળવામાં કે સમજવામાં ભૂલ થવાથી પ્લેટ અને આર.સી. બૂકમાં અલગ નંબર હતા. એ સમયે તો પોલીસ પાસેથી હેમખેમ છૂટી ગયાની ખુશી સાથે દિનેશે ગાડી આગળ દોડાવી, પણ જો પોલીસે રોકી લીધો હોત અને થોડોઘણો દંડ ફટકાર્યો હોત તો? પોતે કેટલી તોતિંગ અને અણધારી આફતથી બચી ગયો હતો! પહેલી નજરે સારું લાગતું પરિણામ લાંબા ગાળે કેટલું ભયજનક નુકસાન કરી શકે એ માનવી ક્યારે અને ક્યાંથી સમજી શકે? નિયતિના અકળ ખેલ ક્યારેય ન સમજાય.

ભવિષ્યમાં સ્પષ્ટ થવાનું હતું કે એ દિવસે અને રાતે એક પછી એક ખોટાં પગલાં ભરાઈ રહ્યાં હતાં. ભૂલો થઈ રહી હતી. પોલીસના ગયા બાદ દિનેશે રાજકોટ હાઇવેથી ગાડીને કચ્છ તરફ વાળી. કચ્છ નજીક હતું ત્યારે દિનેશને આળસ આવી. થાક, ઉજાગરો અને દોડધામ ભેગા થયાં હતાં.

દિનેશે પોતાને કંટાળો આવે છે એવું ચંદ્રસેનને જણાવ્યું. ચંદ્રસેને તરત જવાબ આપ્યો, 'તમે આરામ કરો, હું ગાડી ચલાવીશ.' પરંતુ ભૂલ કરવાની જ હતી, એટલે દિનેશને થયું કે એ થાકેલા-પાકેલા છે, રાતનું અંધારું છે, એમાં એ ક્યાં ગાડી ચલાવવાના? દિનેશે ચંદ્રસેનને ના પાડી ને ડ્રાઇવર ધનજી બારોટને જગાડ્યો, 'હવે તમે થોડીવાર ગાડી ચલાવો. હું થોડો આરામ કરી લઉં.' ડ્રાઇવર તરત જ આંખ ચોળતો ઊભો થઈને આગળ આવ્યો. કોઈએ ધનજી બારોટને કહ્યું નહીં કે ભાઈ, તું પાણીથી મોઢું ધોઈ લે કે ચા પી લે. ન ધનજી એવું કંઈ બોલ્યો.

નીકળતી વખતે હસ્મિતાએ કરેલો રોકવાનો પ્રયાસ, મોબાઇલનું ખોવાઈ જવું, રાતે જ હોટેલમાંથી નીકળી જવું, પોલીસના પંજામાંથી બચી જવું, દિનેશને આળસ આવવી, ચંદ્રસેનને સ્ટીયરિંગ ન સોંપવું અને ફ્રેશ થવા દીધા વગર ધનજી બારોટને ગાડીનું સુકાન સોંપવું એ બધી ભૂલો હતી, જેના માટે ભવિષ્યમાં પસ્તાવાનું હતું. આ બધી નાની-નાની જ સમજાયેલી ભૂલો એક મહા આફત ભણી ચુંબકની જેમ ખેંચી જઈ રહી હતી એની ગાડીમાં બેઠેલા ચારે જણામાંથી એકેયને ખબર નહોતી, પણ દૂર ક્યાંક ઘુવડ કે સમડી અવાજ કરતાં હતાં. અમંગળ અવાજ.

3

૨૦મી માર્ચના અંધારામાં શરૂ થયેલો દિવસ બૉલેરો ગાડીની ઝડપ સાથે આગળ વધતો હતો, પરંતુ સમયના ગર્ભમાં શું છે એ ક્યાં કોઈ જાણતું હતું? બધાની અધકચરી ઊંઘવાળી આંખમાં પોતપોતાનાં સપનાં હતાં, પણ મંજિલ ક્યાં પહોંચાડવાની હતી એનાથી સૌ બેખબર હતા.

બૉલેરોમાં ડ્રાઇવર પાછળની સીટમાં દિનેશ અધૂકડો બેઠો હતો. થોડું લંબાવીને બંને ઘૂંટણ વાળીને આગળની સીટની પીઠ પર ટેકવેલા હતા, જેથી શરીરને જરાક મોકળાશ, પગતાણ મળે. એ સમયે હાઇવે સિંગલ રોડ હતો, આજની સરખામણીમાં એકદમ ખરાબ. પીળા, માંદલા અને આળસુ પ્રકાશ વચ્ચે ગાડી આગળ વધી રહી હતી. ઘડિયાળના કાંટા પણ. પરોઢિયાના ચાર વાગ્યા. સાડાચારના સુમારે માળિયા હાઇવે પાસે ગાડી પહોંચી અને જોરદાર ધડાકા સાથે દૂરદૂરનાં વૃક્ષો પર ઊંઘતાં પંખીઓ ફફડાટ સાથે ઊડી ગયાં. કૂતરાં દૂર ભાગવા માંડ્યાં. કોઈને કંઈ સમજાયું નહીં, પણ આસપાસથી થોડા માણસો દોડતા દોડતા બૉલેરો તરફ આવ્યા. બૉમ્બ ધડાકો-ફડાકો થયો કે શું? ના, દિનેશની ગાડીએ એંસીથી એક્સો કિલોમીટર પ્રતિ કલાકની ગતિએ આગળ ઊભેલી ટ્રકને ચુંબન કર્યું હતું. હકીકતમાં તો બૉલેરોએ ટ્રકમાં ઝનૂની ઘૂસણખોરી કરી હતી.

ગાડીમાંથી રાડારાડ સંભળાતી હતી. ચંદ્રસેનને ગાડીના કાચ હાથ પર વાગ્યા હતા. ડ્રાઇવર પોતાની સીટ પરથી હલીય શકતો નહોતો અને દિનેશ તો જાણે એકદમ થીજી ગયો. બે-પાંચ પળ તો ન કોઈ લાગણી, ન કોઈ અનુભૂતિ. એના પગ હલનચલન કરી શકતા નથી. જાણે કે એનામાં જીવન જ નથી. માંડ જરાક ડોકું ફેરવ્યું તો દરવાજો સાવ નજીક દેખાયો, પણ

લૉક ખૂલતું નહોતું કે એ ખોલી શકતો નહોતો. હોશમાં હોવા છતાં પીડાના અતિરેકે જાણે એની ચેતના હણી લીધી હતી. મગજ એકદમ બહેર મારી ગયું હતું. શું થઈ ગયું કે શું થઈ રહ્યું હતું એની ખબર પડતી નહોતી.

થોડીવારમાં આસપાસના ભેગા થયેલા નાનકડા ટોળામાંથી બે-ચાર જણે જેમતેમ કરીને દિનેશને બહાર કાઢ્યો. શું થયું છે, કેટલું વાગ્યું છે એ જોયા-વિચાર્યા વગર એને રસ્તા પર નીચે સૂવડાવી દીધો. ગાડી ચલાવનારા ધનજી બારોટના પગ બરાબરના ફસાઈ ગયા હતા. લોખંડના સળિયા પગમાં ફસાવીને જોર કરીને એમને ગાડીની બહાર કાઢ્યા. ચંદ્રસેન અને આસિસ્ટન્ટની હાલત એકદમ સારી નહોતી, પણ તેઓ બાકીના બે કરતાં નસીબદાર હતા. તેઓ હલનચલન કરી શકતા હતા.

ટોળામાં ગણગણાટ ચાલતો હતો. 'રાતના ટાઇમે ગાડી ચલાવવાના ધખારા જ ખોટા.' 'અરે, ભાઈ, છાંટો-પાણી કરીને હાઇવેને બાપનો એરિયા માનો તો બીજું થવાનું શું હોય?' 'આજકાલનાં છોકરાંવ મા-બાપ કે બૈરી-છોકરાંવનું જરાય વચારતાં નથ.'

આ બધા ગપ્પીદાસોથી થોડે દૂર દિનેશ પીડાથી કણસી રહ્યો હતો. કમરમાં અસહ્ય પીડા થતી હતી. જાણે કોઈ કરવત લઈને કમરનાં હાડકાં વેતરી રહ્યું હોય એમ કમરની નીચેનો ભાગ સાવ હતો-નહોતો થઈ ગયો હતો. રોડ પર સૂવડાવતી વખતે કોઈને કલ્પના નહોતી કે દિનેશને ક્યાં, કેટલું વાગ્યું છે? એને લાગતું હતું કે એનો જીવ, એની ચેતના, મસ્તકથી શરૂ થઈને કમર પર આવીને અટકી જતો હતો, ખતમ થઈ જતો હતો, ખોવાઈ જતો હતો.

દિનેશને લાગ્યું કે બસ, હવે મારો ખેલ ખતમ. તે તૂટક તૂટક શબ્દોમાં માંડ-માંડ બોલી શક્યો, 'ચંદ્રસેનભાઈ, મને એકદમ જલદી ગાંધીધામ લઈ જાઓ! મારે ગાંધીધામ જાવું છે! પ્લીઝ, મારી પાસે સમય નથી! જરાય સમય નથી હવે...'

સમય નહોતો એવું દિનેશને લાગતું હતું. ઉતાવળ હતી, પણ સવારે સાડાચાર વાગ્યે ગાંધીધામ જવા માટે નીકળવું કઈ રીતે? એની ગાડી તો લગભગ ભંગારમાં ફેરવાઈ ગઈ હતી. આવા સમયે માળિયા હાઇવે પર કયું વાહન મળે? રાહ જોવા સિવાય છૂટકો નહોતો. દિનેશ પાસે સમય

નહોતો ને સમય જ વેડફાતો હતો. દિનેશ મનોમન ઈશ્વરને સંભારવા લાગ્યો.

ત્યાં જ દિનેશને લાગ્યું કે કમરમાં અસહ્ય પીડા થઈ રહી છે. એમાંય શરીર જાણે ટુકડે-ટુકડે કામ કરવાનું બંધ કરી રહ્યું હતું. ન જાણે ક્યાંથી દિનેશને વિચાર આવ્યો, 'મારી આવી હાલત, ને હસ્મિતા તો પ્રેગનન્ટ છે. અમારું પહેલું બાળક આવવાનું છે. બચાડીએ મને રોક્યોય ખરો કે અલંગ જવાનું રહેવા દો. એને લાગતું હશે કે કંઈક બરાબર નથી. કંઈક ખોટું થવાનું છે.' દિનેશે રોષ અને પીડાથી આંખ બંધ કરી દીધી. હોઠ ભીંસવા માંડ્યા. અચાનક તેણે ચીસ પાડી, 'મને... મને ગાંધીધામ લઈ જાઓ! મારે હસ્મિતાને મળવું છે! એને જોવી છે! મામાને મળવું છે! બાઈ(નાની)ને મળવું છે! જલદી કરો...'

ચંદ્રસેનભાઈ જે સામે મળે એને કરગરવા માંડ્યા, 'અમને ન લઈ જાઓ તો વાંધો નહીં, પણ આ છોકરાને ગાંધીધામ પહોંચાડો, બાપલા!' વારંવાર દોહરાવાતા આ શબ્દોની કોઈ પર જરાય અસર થતી નહોતી. એકદમ એમના મોઢામાંથી અપશબ્દોના મારા વચ્ચે નીકળી પડ્યું, 'કોઈનામાં માણસાઈ જેવું કંઈ રહ્યું નથી!' પોતાની ઈજા ભૂલીને ચંદ્રસેનભાઈને દિનેશની ફિકર થતી હતી. આખા સમાજ સામે ક્રોધે ભરાતો હતો. પોતાની કંઈ ન કરી શકવાની લાચારી વધુ કઠતી હતી.

અધૂરામાં પૂરું ફોન કરવા ઇચ્છે તો કોઈના ફોનમાં નેટવર્ક નહીં. આ મોબાઇલ ખરા, પણ સાવ નકામા, નિર્જીવ. એક-એક પળ કાપવી અશક્ય હતી, ત્યાં ઘડિયાળના કાંટા પોતાનું કામ કર્યે જતા હતા. બે મિનિટ, દશ મિનિટ, પચાસ મિનિટ... કલાક, દોઢ કલાક... દિનેશને લાગવા માંડ્યું કે હવે હસ્મિતા કે બાઈને ક્યારેય નહીં મળાય. છેલ્લી વાર જોવાનુંય નસીબમાં નથી મારા! ભયંકર પીડા વચ્ચે માત્ર મગજ કામ કરતું હતું. વિચારોના પડઘા બંધ આંખમાંથી આંસુ બનીને બહાર ધસી જતા હતા. ચંદ્રસેન સૈજાદપુરી અહીંથી ત્યાં આંટા મારતા હતા. ધનજી બારોટને ઈજા કે પીડાથી વધુ આઘાત એ વાતનો લાગ્યો કે પોતાને કારણે ઍક્સિડન્ટ થયો. કેવી રીતે થયો આ અકસ્માત?

4

ડ્રાઇવર ધનજી બારોટ ભયંકર અકળાતા હતા. 'મને લાંબો અનુભવ છે. કેટલીય વાર આખી આખી રાત ગાડી નથી ચલાવી? ઝોકું આવી ગયું હશે? કે પોતે સ્ટીયરિંગ પરથી કાબૂ ગુમાવી દીધો હશે? પણ કેવી રીતે?' બિચારાને દિનેશની હાલત પર દયા આવવા સાથે જાત પર ભયંકર ગુસ્સો આવતો હતો. આ બધું થયું અને હવે સારવાર માટે દિનેશભાઈને લઈ જવાની વ્યવસ્થા થતી નથી. કોઈ કરતાં કોઈ આવવા તૈયાર નથી.

સૌ વિવશ હતા. કોઈને સમજાતું નહોતું કે શું થશે? કરવું શું? આ અકલ્પ્ય મહાઆફત વચ્ચે જે ટ્રક સાથે ઍક્સિડન્ટ થયો હતો એનો ડ્રાઇવર દૂરથી નજીક આવતો દેખાયો : હવે આ નવી માથાકૂટ શરૂ કરશે! બધાને ભાંડશે! નુકસાનીનાં રોદણાં રડશે અને વધુ ને વધુ રૂપિયા પડાવવા માટે ગા-ગા શરૂ કરી દેશે!

જમીન પર પડેલા દિનેશ પાસે ઉભડક બેઠેલા ચંદ્રસેનભાઈ નજીક આવીને ડ્રાઇવર જે બોલ્યો એ સાંભળીને કોઈને પોતાના કાન પર વિશ્વાસ ન બેઠો, 'મેં તુમ લોગોં કો ટ્રક મેં ભચાઉ છોડ દૂં?' આ શબ્દો એટલા બધા સારા, મીઠા અને શાંતિદાયક હતા કે થોડી પળ તો બધા અવાક્ થઈ ગયા. મદદ મળી! આ માણસ આવ્યો મદદે!

ઝાઝું વિચાર્યા વગર બધાએ દિનેશને ઉપાડ્યો. એના મોઢામાંથી ભયંકર ચીસ નીકળી કે જાણે આ જીવ ગયો! ટિંગાટોળી જેવી હાલતમાં ઉપાડીને દિનેશને ટ્રકની કેબિનમાં ડ્રાઇવર પાછળ સૂવડાવ્યો. ટ્રક ચાલવા માંડ્યો. બધાને રાહત થઈ, પણ કોઈ જાણતું નહોતું કે આ ટ્રકની મુસાફરી ઘાયલ દિનેશના શરીરને કેટલું બધું નુકસાન કરી રહી છે! આ બધાની નહોતી

કોઈને સમજ કે નહોતી તમા. સૌનું ધ્યાન મોબાઇલ ફોન પર હતું. ક્યારે નેટવર્ક આવે. છપ્પનિયા દુકાળ પછી મેઘથી મહેરબાની થઈ હોય એટલો આનંદ ફોનમાં નેટવર્ક જોઈને થયો.

દિનેશને થયું કે આ સમયે આ અકસ્માતની જાણ હસ્મિતાને ન કરાય. પોતાની નાનીને ઘરે ફોન લગાવ્યો. રાજેશમામાએ ફોન ઉપાડ્યો. દિનેશ કણસતા અવાજે બોલ્યો, 'મારી ગાડીને ઍક્સિડન્ટ થયો છે! મારી પાસે હવે વધુ સમય નથી!' આટલું સાંભળતાંવેંત રાજેશમામા આઘાતથી પડી ગયા. તેઓ જરાક સ્વસ્થ થયા એટલે અસહ્ય પીડા વચ્ચે દિનેશમામાને કંઈ કહેવા માંડ્યો, 'તમે તરત ભચાઉ આવી જાઓ. ડૉક્ટરની વ્યવસ્થા કરી રાખજો. આપણા ડૉ. દિનેશભાઈનેય જાણ કરી દેજો.' આ ડૉ. દિનેશ હરાણી એટલે નજીકનાં સગાં. રાજેશમામાને જરાક કળ વળે એ અગાઉ દિનેશે ફોન મૂકી દીધો. એનાથી વધુ બોલી શકાતું નહોતું.

ટ્રક ભચાઉ પહોંચી ત્યારે બે કાર સામે જ રાહ જોતી ઊભી હતી. રાજેશમામા સાથે દિલીપમામા અને દિનેશના ભાગીદાર મહેશભાઈ પણ દોડી આવ્યા હતા. મહેશભાઈ માત્ર ભાગીદાર કે મિત્ર નહીં, ખૂબ ઉમદા માનવી પણ ખરા. દિનેશને ટ્રકમાંથી ઉતારીને કારમાં મુકાયો. કોઈને નહોતું સમજાતું કે નહોતો અંદાજ કે દિનેશને કેટલું વાગ્યું છે, ક્યાં વાગ્યું છે, કેવી ગંભીર હાલત છે એની?

ભચાઉ પછીનો મુકામ સ્વાભાવિકપણે ગાંધીધામ હતો, એ પણ સીધા ડૉ. હેમાંગ પટેલની હૉસ્પિટલમાં. બધાને દિનેશ મળી ગયો અને સારવાર શરૂ થઈ જશે એ વાતની નિરાંત હતી, પણ દિનેશ મૂંઝાતો હતો કે મારી કમરથી નીચેનો ભાગ કામ કેમ નથી કરતો? ખરેખર એવું હશે કે માત્ર મને લાગે છે? એક અજાણ્યા ભાવિ ભણી દિનેશ કારમાં આગળ વધી રહ્યો હતો.

ગાંધીધામમાં હસ્મિતા ક્યારની આકુળ-વ્યાકુળ થતી હતી દિનેશને મળવા માટે, જોવા માટે. મોટા મામા રવિ, ઑફિસનો પૂરો સ્ટાફ અને ડૉ. દિનેશ હરાણ કાગડોળે દિનેશના આવવાની રાહ જોઈ રહ્યા હતા. સૌ પોતપોતાની રીતે હસ્મિતાને પરાણે હસીને સમજાવવાનો પ્રયાસ કરતા હતા કે કંઈ થયું નથી દિનેશને. નાની-મોટી ઈજા હશે, એ તો બે-પાંચ દિવસની સારવારમાં મટી જશે.

ડૉ. હેમાંગ પટેલની હૉસ્પિટલમાં બધી તૈયારી થઈ ચૂકી હતી. ગમે તેવી કટોકટીને પહોંચી વળવા મેડિકલ ટીમ રેડી હતી. જેવી કાર પહોંચી કે તરત બધા દોડી ગયા. સૌને દિનેશને જોવો હતો, વાત કરવી હતી, ખબર પૂછવી હતી, પરંતુ ડૉ. હેમાંગ અને ડૉ. દિનેશે સિફ્તપૂર્વક તરત પેશન્ટને પોતાના કબજામાં લઈ લીધો. તરત દિનેશની કમરનો ઍક્સ-રે કઢાયો. બંનેના ધ્યાનમાં આવ્યું કે યુરિન પાસ થતો નથી. આમ તો મોટી મુશ્કેલી થાય. બંને તબીબે તરત જ વ્યવસ્થા કરી. યુરિન પાસ કરાવવા માટે યુરિનરી ટ્રૅકમાં કેથેટર મૂકી દીધું. આ કામગીરી તાત્કાલિક હાથ ધરાઈ. પેશાબ ન થવાથી દર્દી માટે ગંભીર મુશ્કેલીઓ સર્જાઈ શકે. બહાર હસ્મિતા ગંભીર હતી. ઈષ્ટદેવના સ્મરણ સાથે ફિકર વધી રહી હતી. બધાં ચૂપ હતાં, પણ મનોમન ચિંતા કોરી ખાતી હતી. કોઈ બોલતું નહોતું, પણ દિનેશની સ્થિતિ મનાય છે એટલી સારી નહોતી.

બંને ડૉક્ટરને નિદાન કરતાં વાર ન લાગી કે દિનેશનો પ્રૉબ્લેમ કેટલો બધો મોટો છે! પરંતુ બહાર કોઈને કંઈ જણાવવાનો સમય કે જરૂર ક્યાં હતાં? દિનેશની કરોડરજ્જુમાં ભયંકર પીડા થઈ રહી હતી, કદાચ વધી પણ રહી હતી. સ્પાઇનમાં પેઇનની ફરિયાદ સામે દિનેશને પેઇન-કિલર અપાઈ. ઑપરેશન થિયેટરની બહાર આવીને ડૉક્ટરે ટૂંકમાં કહી દીધું, 'દિનેશને તાત્કાલિક અમદાવાદ લઈ જવો પડશે.' હસ્મિતા જોઈ જ રહી. ખૂબ રડવું હતું, પણ ન રડી શકી એ.

5

ડૉ. ભરત દવે, અમદાવાદના આ જાણીતા સ્પાઇન સ્પેશ્યાલિસ્ટ તબીબ પાસે લઈ જવાનો હતો હવે દિનેશને. સવારે સાડાદસ વાગ્યે દિનેશને લઈને ઍમ્બ્યુલન્સ ગાંધીધામથી નીકળી. એમાં હસ્મિતા હતી. રવિમામા, ભાગીદાર મહેશભાઈ અને ભાઈ જિજ્ઞેશ સાથે ચાલતી બીજી ગાડીમાં હતા. સૌનાં મનમાં ઉચાટ હતો, ચિંતા હતી. અમદાવાદ લઈ જવાની વાતથી સૌ સમજી ગયાં કે દિનેશની ઈજા જેવી-તેવી નથી. આ ફિકર વચ્ચે ઍમ્બ્યુલન્સ અને ગાડી છેક સાંજે પાંચેક વાગ્યે પહોંચી અમદાવાદ.

સૂચના મુજબ સૌથી પહેલાં એમ.આર.આઇ. સેન્ટર પહોંચવાનું હતું, જ્યાં ડૉ. ભરત દવે રાહ જોઈ રહ્યા હતા. જેવું એમ.આર.આઇ. પત્યું કે તરત જ દિનેશને ઑપરેશન થિયેટરમાં લઈ જવાયો. બધાંને એક જ સવાલ કોરી ખાતો હતો કે દિનેશને થયું છે શું? અને તે સાજો થઈ શકશે? ડૉ. દવેની આખી હૉસ્પિટલ લગભગ દિનેશનાં સગાં-સંબંધીઓથી ઊભરાઈ રહી હતી. કાકાઓ, કાકીઓ, બહેનો, પિતરાઈઓ, મિત્રો અને ન જાણે કોણ-કોણ દોડી આવ્યું હતું! ડૉ. ભરત દવેની સ્પાઇન હૉસ્પિટલમાં દર્દીને લાવવો એટલે શું એ બધાં બરાબર સમજતાં હતાં, પરંતુ આ કેસ તો સાધારણ સમજની બહારનો હતો.

દિનેશને સર્જરી માટે ઑપરેશન થિયેટરમાં ખસેડાયો. એકએકના હૃદયના ધબકારા તેજ થઈ ગયા. હસ્મિતાને સમજાતું નહોતું કે આ બધું શું થઈ રહ્યું છે! ઑપરેશન થિયેટરનો દરવાજો બંધ થયો એટલે સૌનાં મનમાં પ્રભુ-સ્મરણની ઝડપ વધવા માંડી. ઑપરેશન થિયેટરમાં એનેસ્થેસિયા આપ્યા બાદ દિનેશ અચેત વિશ્વમાં સરી પડ્યો, જ્યાં કોઈ પીડા નહોતી, લાગણી નહોતી,

સપનાં નહોતાં. હતો ગાઢ શાંતિ આપતો ઊંડો અંધકાર. આ અંધારાનાં પડળ તૂટ્યાં ને આંખ ખોલીને દિનેશે ચેતનાના પ્રદેશમાં પુનઃ પ્રવેશ કર્યો ત્યારે અંધારું હતું, રાતનું અંધારું. દિનેશ પૂરેપૂરો હોશમાં નહોતો આવ્યો. ઘેન ઘેરાયેલું હતું. દિનેશની આંખ ખૂલતી નહોતી ને હસ્મિતાની બંધ થતી નહોતી. તેણે સગર્ભાવસ્થામાં આખા દિવસની દોડધામમાં પોતાનાં આરામ, ભૂખ-તરસની પરવા નહોતી કરી. બીજા દિવસે પૂરેપૂરા હોશ આવ્યા ત્યારે દિનેશને ખબર પડી કે ઑપરેશન થઈ ચૂક્યું હતું. એને લાગતું હતું કે કમરથી નીચેના ભાગમાં ચેતના નથી. નામ પૂરતું જરાય હલનચલન નહીં. યુરિન માટે લગાડેલું કેથેટર એનું કામ કરી રહ્યું હતું. ટૉઇલેટ માટે એનિમા આપવો પડ્યો ત્યારે માંડ હળવાશ અનુભવાઈ.

દિનેશ એકદમ ટૅન્શનમાં હતો : મારી સાથે આ થઈ શું રહ્યું છે? કોઈ ફોડ પાડીને કહેતું નહોતું કંઈ જ. પગની એડી નીચે સર્જિકલ ગ્લોવ્ઝ પાણી ભરીને મૂકવામાં આવ્યા હતા. શા માટે? હકીકતમાં એડી પાસે ભાઠું ન પડી જાય એની આ અગમચેતી હતી. ભાઠું કે બેડ-સોર શું કહેવાય એની દિનેશને બહુ જલદી જાણ જ નહોતી થવાની, એવી ભારે મુસીબત અને પીડા પણ ભોગવવાની હતી. દિનેશે પોતાની નજર સામે આવતા એક-એક જણને પૂછ્યું કે, મને શું થયું છે શું? પરંતુ હસ્મિતા, મામા કે કાકીમાંથી કોઈએ જવાબ ન આપ્યો.

દિનેશને કંઈક ન સમજાય એવી લાગણી થતી હતી : ગભરામણ, અણધાર્યું થયાનો ફફડાટ, ભાવિની ફિકર. એક રઘવાટ રગેરગમાં દોડાદોડ કરી રહ્યો હતો. હસ્મિતાના અને આવનારા ભવિષ્યના વિચારો કેડો મૂકતા નહોતા. એને રડવું હતું મોટેમોટેથી, પણ ગળામાં ડૂમો ભરાઈ ગયો. એવું લાગતું હતું કે જાણે આંસુઓ આંખમાંથી વહેવાને બદલે હૃદયમાં ભેગાં થતાં હતાં. આમ ને આમ ક્યાંક હૃદય ફાટી પડ્યું તો? ના! ના!

પોતે આકરી મહેનતથી જમાવેલો બિઝનેસ, લોહી-પરસેવો એક કરીને મેળવેલી શાખ અને સપનાંના મહેલ હવે કડડભૂસ થઈ જશે કાયમ માટે? ના, એવી તે કેટલી ગંભીર ઈજા થઈ હશે મને? પણ તો કેમ કોઈ બોલતું નથી? હસ્મિતાએ તો કહી દેવું જોઈએ મને! રોષ, આક્રોશ અને ચિંતા એકમેક પર છવાઈ રહ્યાં હતાં, ત્યાં જ ડૉ. દવે આવ્યા. ન ઇચ્છવા છતાં

દિનેશથી થોડા આકરા શબ્દોમાં સ્પષ્ટ પુછાઈ ગયું, 'મને થયું છે શું? મારા શરીરમાં કમરથી નીચેના ભાગમાં ચેતના ક્યારે આવશે?'

ભરતભાઈએ તબીબને બાજુમાં હડસેલીને દિનેશના ખભા પર હાથ મૂક્યો. તેમણે એક પ્રોફેશનલ ડૉક્ટરની જેમ જાહેર કર્યું, 'જો, મેડિકલ ભાષામાં કહું તો તારી સ્પાઇન એટલે કે કરોડરજ્જુના ડી-૧૧ અને ડી-૧૨ નંબરના મણકા ખસી ગયા છે. આને લીધે અંદર રહેલી સ્પાઇનલ કોર્ડ કપાઈ ગઈ છે.'

દિનેશને કંઈ સમજાયું નહી. આંખમાં ઊભરો આવવા માંડ્યો. એ ડૉ. દવે સામે અનિમેષ નયને જોઈ રહ્યો. ડૉક્ટરે વાત આગળ વધારી, 'સ્પાઇનલ કોર્ડ કપાઈ જવાથી કમરથી નીચેના ભાગમાં સ્પાઇનના મૅસેજ પહોંચતા નથી. આથી તારી સ્પાઇનનું ઑપરેશન કરીને ડી-૧૧ અને ડી-૧૨ નંબરના મણકાને ફરી યોગ્ય સ્થળે ગોઠવવા માટે સર્જરી કરી છે. એમાં ટિટાનિયમના બે સળિયા અને ચાર સ્ક્રૂ મૂકીને સ્પાઇન સર્જરી કરી છે. સર્જરી એકદમ સારી રીતે પૂરી થઈ ગઈ છે.'

આટલું કહીને ડૉ. દવે જતા રહ્યા. દિનેશને મેડિકલ ટર્મિનોલૉજીની વિગતોમાં નહોતો રસ કે નહોતી સમજ. એને તો બે જ સવાલના જવાબ જોઈતા હતા : કમરથી નીચેનો શરીરનો ભાગ ક્યારે ફરી ચેતનવંતો થશે? હું પાછો ક્યારે ચાલતો થઈશ? ન ડૉક્ટર આ બાબતમાં કંઈ બોલ્યા કે ન કોઈએ જરાય ચર્ચા કરી.

દિનેશને ડૉક્ટર પર ઓછો અને પોતાની જાત પર વધુ ગુસ્સો આવ્યો. એના ધ્યાનમાં આવ્યું કે મોટા ભાગનાં સગાં હજી હૉસ્પિટલમાં દેખાય છે. આનો અર્થ એમ જ કે મારી તબિયત હજી સારી થઈ નથી? કે વધારે બગડી છે? ખરેખર કંઈ સિરિયસ હશે? ગાંધીધામથી અલંગ જવા અને આવવા માટે પોતે લીધેલા નિર્ણય એને મહાભૂલ લાગવા માંડ્યા. પોતે હસ્મિતાની વાત માનીને અલંગ ન ગયો હોત તો? ચંદ્રસેનભાઈએ માગી ત્યારે ગાડી ચલાવવા આપી હોત તો? આવા વિચારોમાં જ એને ઊંઘ આવી ગઈ. કદાચ દવાની ઘેનની અસર હતી.

6

વિચારો, વિચારો, વિચારો... એ વિચારો નહોતા, ભાલા હતા ભાલા! ના, ના, તીર હતાં તીર! દિનેશ જાણે ભીષ્મ પિતામહની જેમ બાણશય્યા પર સૂતો હતો. પોતે એક પછી એક ભૂલ કરી રહ્યો હતો. કોઈની વાત ન માની – ન હસ્મિતાની, ના ચંદ્રસેનભાઈની. રાત અલંગ કે ભાવનગરમાં રોકાવાનું કેમ ન સૂઝ્યું એને? અરે! અડધી રાતે વાંચવા જાગનારા વિદ્યાર્થી ચા પીને વાંચતાં હોય છે, જ્યારે પણ ગાડી ચલાવવાનું જોખમી કામ સોંપવા અગાઉ ડ્રાઇવરને ચા પીવડાવવાની કૉમન સેન્સ પોતે કેમ ખોઈ બેઠો?

ઘેનને લીધે ઊંઘ આવે ત્યાં સુધી નિરાંત. જેવો જાગે કે વિચારોનાં તીર એનાં તન-મનને લોહીલુહાણ કરતાં રહે. બીજાની ભૂલ હોય તો સજા અપાય, ઠપકો દેવાય કે જવાબ મંગાય, પણ આ કેસમાં તો જજ, આરોપી, ફરિયાદી અને વકીલ – બધું પોતે જ... કોણ કોની વકીલાત કરે અને કોને સજા આપે? કાશ, મેં અમારા આવનારા બાળકનો વિચાર કર્યો હોત! હસ્મિતાનો વિચાર કર્યો હોત! દિનેશથી જોરથી ચીસ પડાઈ ગઈ. નર્સ અને હસ્મિતા દોડતાં આવ્યાં કે શું થઈ ગયું? આવીને જોયું તો દિનેશ રડતો હતો હીબકાં ભરીભરીને...

હસ્મિતાએ દિનેશનો હાથ પકડી લીધો. જાણે કહી રહી હતી કે, 'હું છું ને તમારી સાથે? લડી લઈશું આપણે મળીને!' પણ દિનેશનું ચેતનાતંત્ર જાણે થીજી ગયું હતું. નર્સ સમજી ગઈ. તેણે સલાઇનના બાટલામાં ઇન્જેક્શન આપ્યું. થોડીવારમાં દિનેશને ઊંઘ આવવા માંડી, આંખ બંધ થઈ, પણ પાંપણના દરવાજા તોડીને આંસુ બહાર આવવા મથામણ કરતાં હતાં. આ જોઈને હસ્મિતા જાત પર કાબૂ ન રાખી શકી. સિસ્ટરે એના ખભા પર

હાથ મૂક્યો, 'પ્લીઝ, પેશન્ટને હિંમત આપો.' એક નિકટતમ સખીની જેમ હાથ પકડીને એ હસ્મિતાને રૂમની બહાર લઈ ગઈ.

હસ્મિતાને ખબર ન પડી, પણ કોઈકે પાણીનો ગ્લાસ હાથમાં મૂક્યો. એ યંત્રવત્ પાણી પી ગઈ. બધાં સગાં હસ્મિતાને જોઈ રહ્યાં હતાં. દિનેશ બચી ગયાનો આનંદ હવે જૂનો થઈ ગયો હતો, ઓગળી ગયો હતો. હવે સૌના મનમાં નવા ફફડાટની જંગલી વેલ ઊગી નીકળી હતી. એ વેલથી બધાની ભૂખ, ઊંઘ અને તરસ હરામ થઈ ગઈ હતી. બધાં અંદરોઅંદર વાતો કરતાં હતાં, પણ હસ્મિતા અને દિનેશ સામે હસવાનો ડોળ કરતાં હતાં. હસ્મિતાના ચહેરાના મહોરા પાછળ વેદનાના પડાવ હતા, જે મોકો મળતાં આંસુમાં ફેરવાઈને વહી જતા હતા.

બે દિવસ પછી ડૉક્ટર ભરત દવેએ દિનેશના નજીકનાં સગાંને પોતાની કેબિનમાં બોલાવ્યા. સૌની ઇચ્છા હતી કે દિનેશ એકદમ સાજોસમો છે એવું જ ડૉક્ટરે કહેવું જોઈએ, પરંતુ ફફડાટની પેલી ઝેરીલી વેલ હવે તો આંખ સુધી આવી ગઈ હતી. તેણે આંખોમાં ડર ભરી દીધો હતો, જીભ પર ખચકાટ ભરી દીધો હતો. ડૉ. દવેએ હસ્મિતા સામે જોયું. બે પળ, પછી નજર હટાવીને રમેશકાકા અને રવિમામા પર ઠેરવી. કદાચ એમની નજરને ક્યાંય ગમ્યું નહોતું. તેમણે ટેબલ પરના પેપરવેઇટ પર નજર ઠેરવી, 'જુઓ, દિનેશની સ્પાઇનલ કોર્ડ એટલે કરોડરજ્જુમાં ખૂબ ગંભીર ઈજા થઈ હતી. સ્પાઇનલ કોર્ડ કપાઈ ગઈ છે. સ્પાઇનનું ઑપરેશન તો કર્યું એ સક્સેસફુલ થયું, પરંતુ કપાયેલી સ્પાઇનલ કોર્ડનો દુનિયામાં ક્યાંય ઇલાજ નથી. એ પોતાની મેળે પણ જોડાતી નથી.'

કોઈને આ તબીબી ભાષામાં રસ નહોતો. કદાચ એ બધું સમજવાની માનસિક સ્થિતિ નહોતી. સૌને સાંભળવું હતું એ ડૉ. દવે ધીમા અને સ્પષ્ટ અવાજે બોલ્યા, 'દિનેશ ક્યારેય ચાલી નહીં શકે.' રૂમમાં જે બૉમ્બ ફૂટ્યો એનો અવાજ ન થયો, પણ બધાનાં મન-મગજની શાંતિના ફુરચેફુરચા ઊડી ગયા. 'ચાલી નહીં શકે? આટલી નાની ઉંમરે? હજી તો જીવવાનું શરૂ કર્યું, ધંધો જમાવવાની શરૂઆત થઈ, કાયમ ઊંચે ને ઊંચે ઊડવાનાં સપનાં હતાં એનાં, હવે જીવનભર આકાશમાં ઊડવાનો તો ઠીક, જમીન પર પગ પણ નહીં મૂકી શકે... ના, ના, આવું હોય કંઈ?' મનની દલીલનો જવાબ

મન તરફથી મળી ગયો, અરે, ડૉક્ટરે કહી તો દીધું સરળ ભાષામાં, સાફ શબ્દોમાં. જેવી ઈશ્વરની ઇચ્છા!

બધાં ચૂપચાપ બેઠાં હતાં ત્યાંથી ચૂપચાપ ઊઠીને હસ્મિતા બહાર નીકળી ગઈ. દૂર બારી પાસેના બાંકડા નજીક ગઈ. બેસવાને બદલે ઊભી રહી. બહાર જોવા માંડી. એકદમ શૂન્યમનસ્ક અવસ્થામાં એ બહાર જોતી હતી, પણ કંઈ દેખાતું નહોતું. બારીની બહારનાં વૃક્ષો પર પંખીઓ ઘણો અવાજ કરતાં હતાં. નીચેથી પસાર થતાં વાહનોનાં હૉર્ન પણ ચીસાચીસ કરતાં હતાં કે દિનેશ સાથે આવું ન થઈ શકે, પણ હસ્મિતાને કંઈ સંભળાતું નહોતું. કદાચ હવે કંઈ સાંભળવુંય નહોતું. એનું મગજ બહેર મારી ગયું હતું. મગજ જાણે હડતાળ પર ઊતરી ગયું, એટલે આંખ, કાન અને જીભ કામ કરતાં નહોતાં. ન જાણે એ ક્યાંય સુધી ગુમસૂમ ઊભી રહી. અચાનક એનો જમણો હાથ પોતાના પેટ પર ગયો. એ જ સમયે કાકીએ, એટલે કે દિનેશનાં કાકીએ એના ખભા પર હાથ મૂક્યો. હસ્મિતા જાણે એકદમ સજીવન થઈ ગઈ. કાકીની સામે જોયું. એમની આંખમાં આંસુ નહોતાં, હસ્મિતા માટે પ્રેમ હતો, ફિકર હતી, હિંમત હતી. હસ્મિતા પોતાને ન રોકી શકી. એ દિનેશની કાકીને વળગીને રડવા માંડી. થોડીવાર કાકી કંઈ ન બોલ્યાં. અચાનક હસ્મિતાને અળગી કરી. 'આ શું? લડવાના સમયે રડવાનું? તારે એની કરોડરજ્જુ બનવાનું હવે. તું ઢીલી પડી જઈશ તો એ છોકરો બિચારો શું કરશે? જો તું ભાંગી પડી ને તો એ જીવતેજીવ...' કાકી આગળનું બોલી ન શક્યાં. 'હસ્મિતા બેટા! તારે એનો જ નહીં, અમારો બધાંનો આધાર બનવાનું છે... દિનેશે માનો પ્રેમ મેળવ્યો નથી. હવે તું પણ આવું કરે તો એ બિચારો...' હસ્મિતા કંઈ બોલી નહીં, માત્ર કાકીનો હાથ દબાવ્યો, જાણે વચન આપ્યું કે, હવે હું ઢીલી નહીં પડું.

ધીરે-ધીરે બધાં દિનેશને પોતપોતાની રીતે સમજાવવા માંડ્યાં કે એને થયું છે શું? પોતપોતાના હિસ્સાનો આઘાત પચાવીને સૌ દિનેશને સમજાવવા, મનાવવા અને બચાવવામાં મચી પડ્યાં હતાં. આ હતી લાગણી, પોતીકાપણું. આ ઇમોશનલ ટ્રીટમૅન્ટ વચ્ચે ડૉક્ટરે પોતાની કામગીરી શરૂ કરી દીધી. અકસ્માત બાદ પહેલીવાર દિનેશને બેસાડ્યો, પથારીમાં જ. દિનેશ સમજી

ગયો કે હવે હું પોતાની રીતે બેસી પણ શકવાનો નથી. બે-ત્રણ જણાની મદદ જોઈશે જ બેસવામાં. એમાંય પાછો કોઈકનો ટેકો જોઈએ. પછી વ્હીલચૅરમાં બેસાડીને દિનેશને ડૉક્ટરની કૅબિનમાં લઈ જવાયો, પોતાની લાચારીની દુનિયાને સમજવા માટે.

7

ડૉ. ભરત દવેએ કપરી કામગીરી બજાવી. વિકલ્પ નહોતો. તેમણે દિનેશને કહ્યું, 'લકી છો કે ઍક્સિડન્ટમાંથી બચી ગયો, પણ બે વાત ધ્યાનમાં રાખવી પડશે. ક્યારેય ચાલી નહીં શકાય અને જિંદગીભર વ્હીલચૅર પર રહેવાનું છે.'

દિનેશને આશંકા હતી છતાં આછીપાતળી આશા હતી કે થોડા સમયમાં ચાલી શકાશે, પણ ડૉક્ટરે એકદમ પૉઇન્ટ બ્લૅન્ક, મોઢા પર જ કહી દીધું એટલે મગજ સુન્ન થઈ ગયું, પણ મગજની પરવા કર્યા વગર આંખો વહેવા માંડી. બે મિનિટ બાદ ડૉ. દવેએ વાત આગળ વધારી, 'જુઓ, યંગમૅન, નિયમિતપણે ફિઝિયોથૅરપી કરાવવી પડશે. ખૂબ મહેનત બાદ કેલિપર પહેરીને વૉકરની મદદથી તમે થોડુંઘણું ચાલી શકો કદાચ, પણ એની પણ ગૅરન્ટી નહીં.' દિનેશને આ કંઈ સંભળાયું નહીં.

એનું મગજ નવા, ગાઢ અને અજાણ્યા અંધારિયા પાતાળ કૂવાના તળિયા ભણી ધસી જવા માંડ્યું, પરંતુ ડૉક્ટરની આગળની વાતથી તે સાવધ થઈ ગયો, 'તમે લકી છો, ખૂબ લકી છો કે તમારાં વાઇફ પ્રેગનન્ટ છે. જનરલી આવા કેસમાં વાઇફ પેશન્ટને છોડીને જતી રહે. ફૉરેનમાં તો વાઇફ હસબન્ડને લઈને મૉલના એક દરવાજેથી અંદર જાય ને પતિને ત્યાં મૂકીને બીજા દરવાજેથી ચૂપચાપ બહાર નીકળી જાય...' પછી ડૉક્ટર જે કંઈ બોલ્યા એ દિનેશ સાંભળી ન શક્યો. એને લાગ્યું કે મારું સર્વસ્વ લૂંટાઈ ગયું! હું બરબાદ થઈ ગયો! માય ગેમ ઇઝ ઓવર નાઉ. એ રડતો જ રહ્યો. રોવાનું રોકી જ ન શક્યો. મારે... મારે તો હવામાં ઊડવું હતું. ચાંદતારાને સ્પર્શવું હતું, પણ હું તો ધડામ સાથે જમીન પર એવો પછડાયો

કે હવે બે પગે ઊભોય નહીં રહી શકું... ના, આ બધું સહન નહીં થાય મારાથી, નહીં જીવી શકું હું...

બરાબર એ જ સમયે બહાર બાંકડા પર હસ્મિતા વિચારતી હતી, 'જીવીશું, આપણે જીવીશું. આપણે બંને સાચવીશું એને.' એ પેટમાં હજી પૂરેપૂરા આકાર ન લઈ શકેલા બાળક સાથે તે વાત કરતી હતી, 'આપણે બનીશું એની તાકાત, એના જીવવાનું કારણ.'

વ્હીલચૅર બહાર આવી ત્યારે દિનેશમાં હસ્મિતા સામે જોવાની હિંમત નહોતી. હથેળીમાં માથું મૂકીને એ રડવા મંડ્યો. હસ્મિતાએ એની સામે ન જોયું. વ્હીલચૅર ચલાવતા બૉય પાસે ગઈ. એને દૂર કરીને પોતે વ્હીલચૅર ધકેલવા માંડી, ચૂપચાપ. એની ચાલમાં મક્કમતા હતી, ચહેરા પર અડગતા.

દિનેશના પાંચ-છ દિવસ ભયંકર ઉચાટમાં ગયા. હૉસ્પિટલમાંથી રજા મળી, પણ એનો આનંદ ન થયો : શું ફરક પડવાનો? હૉસ્પિટલ હોય કે ઘર, મારે તો વ્હીલચૅર જ. કોઈક પર અવલંબન, સતત અવલંબન. હૉસ્પિટલથી સીધા અમદાવાદના ઘર 'દેવભુવન' લઈ ગયા. દિનેશને હસવું આવ્યું પોતાની જાત પર. 'દેવભુવન'માં ખરો, પણ દેવકૃપા નથી! એક પરિવારજનનો સાથ, સહકાર, હૂંફ અને પ્રેમ હતાં, પરંતુ દિનેશના મને આ બધાની લેશમાત્ર નોંધ ન લીધી.

વ્હીલચૅરમાં બે જ ફિકર કોરી ખાતી હતી. એક, મારી હસ્મિતાનું શું થશે? એ શું કરશે? બે, મારા સડસડાટ ચાલતા બિઝનેસનું હવે શું? વિદેશમાં રહેવાનાં સપનાં રોળાઈ ગયાં. દર વરસે છ મહિના યુરોપમાં રહીને પોતાની કંપની માટે કામ મેળવવાનો પ્લાન હતો, પણ હવે ચાલવાનાં ફાંફાં, તો ઊડવાનું ક્યાંથી થવાનું? કેટકેટલું કામકાજ હતું! કાલ સુધી મારી પાસે બેસવાનો તો શું સૂવાનોય ટાઇમ નહોતો... ને હવે? સૂતા રહેવા કે કોઈક બેસાડે તો એ સિવાયનું કોઈ કામ નથી. ક્યાં હું ૧૮-૧૮ કલાકો કામ કરતો હતો અને હવે ચોવીસેય કલાક પથારીમાં!

આ વિચારવાયુ અને ભયંકર નકારાત્મકતાને લીધે દિનેશ હતાશાની ગર્તામાં ધકેલાઈ રહ્યો હતો. એને ક્યારેય કલ્પના નહોતી કે કદી ડી ફૉર દિનેશને અચાનક બદલાઈને ડી ફૉર ડિપ્રેશન થઈ જશે. દિનેશને અફસોસ થવા માંડ્યો કે લગ્ન બાદ પોતે હસ્મિતાને પૂરો સમય આપી ન શક્યો.

એની સાથે ક્વૉલિટી ટાઇમ વિતાવી ન શક્યો. કારણ એટલું જ કે એને કામનું વળગણ હતું. સતત કામ, કામ ને કામ! અરે! સપનાં પણ કામનાં જ આવે. માત્ર બિઝનેસને મહત્ત્વ આપ્યું. પાર્ટનર, મહેશભાઈ અને બધો ઑફિસ-સ્ટાફ કામ પાછળ ખર્ચતા રહે. એમાં જ ગળાડૂબ. વળતરરૂપે વધુ ને વધુ કામ મળતું જતું હતું. કામ સિવાય કંઈ સૂઝતું નહોતું. સમજાતું નહોતું. એ સમયે દિનેશના ધગશ અને ઉત્સાહને હસ્મિતાનો પૂરેપૂરો સાથ હતો, પરંતુ આજે દિનેશને સમજાતું હતું કે પોતે બિઝનેસ પાછળ દોડવામાં કરેલી ભૂલ હવે ક્યારેય ભરપાઈ થઈ શકવાની નથી. કરોડપતિ બનવાની લાયમાં હું સાવ કંગાળ બની ગયો – તનથી, મનથી ને લાગણીથી! ને આમ ને આમ ચાલ્યું તો ધનથીય કંગાળ થઈ જતાં વાર લાગવાની નથી. કદાચ, કદાચ ભગવાનને મારી બિઝનેસની જેટ-સ્પીડ પસંદ નહીં આવી હોય. એટલે જ તો એમણે આકાશમાંથી ઉપાડીને ધરતી પર ધકેલી દીધો અને એય કેવો ધડામ કરતો કે ક્યારેય પોતાના પગ પર ઊભો ન થઈ શકું! એને ભણકારા સંભળાવા માંડ્યા : યૉર ગેમ ઇઝ ઓવર, મિસ્ટર દિનેશ કલવા! આમાં એને ઉમેરવાનું મન થયું કે યૉર લાઇફ ઇઝ ઓવર, મિસ્ટર દિનેશ કલવા!

એક જ બેડ પર સૂઈ રહેવાનું, કોઈ મદદે આવે ત્યારે બેસી શકાય, યુરિન પાસ કરવા કેથેટરનો ઉપયોગ અને ટૉઇલેટ જવામાં મદદ કરવા માટે તો એક ભાઈને રાખવા પડ્યા. દિવસોના દિવસો નાહ્યા વગર રહેવાનું. સવારે ભીના કપડાથી શરીરને સ્પંજ કરીને થોડીઘણી સાફસફાઈ થાય.

એની દુનિયા જ સાવ બદલાઈ ગઈ હતી. એકાદ અઠવાડિયામાં ફરી ડૉક્ટરને બતાવીને ગાંધીધામ જવાનું નક્કી કર્યું. દિનેશના કાકાનો દીકરો તુષાર અને હસ્મિતા ગાંધીધામ પહોંચ્યાં. પોતાના ગામે તુષારે જોઈજોઈને બધી કસરત શીખી લીધી હતી જે એ દિનેશને કરાવવા માંડ્યો. શરૂઆતમાં ગાંધીધામમાં મામાના ઘરે તુષાર કસરત કરાવવા માંડ્યો. એક તરફ દિનેશની દેખરેખ રાખવા માટેના માણસ અને ફિઝિયોથૅરપિસ્ટની શોધખોળ ચાલુ થઈ ગઈ, બીજી તરફ રૂટિન ગોઠવાવા માંડ્યાં. રોજ બે ટેબલેટ લેવાની હતી, જેનાથી મળવિસર્જનમાં તકલીફ ઓછી થાય. રોજ રાતે એક ઇન્જેક્શન લેવાનું હતું, જે વધુ મહત્ત્વનું હતું, પણ શેનું હતું એ ઇન્જેક્શન?

8

હવે હસ્મિતાએ જ ઇન્જેક્શન આપતાં શીખી લીધું હતું. એ જાણતી હતી કે કોઈ નર્સ કે બાઈ ન મળે કે વહેલી-મોડી આવે તો તકલીફ થાય. ઇન્જેક્શન દિનેશનું લોહી પાતળું રાખવા માટે હતું, જેનાથી બ્લડ સરક્યુલેશન વ્યવસ્થિત થતું રહે. હસ્મિતાને અને દિનેશને પણ નવાઈ લાગી કે સંજોગોએ તેમને પોતાને નિયમિત ઇન્જેક્શન આપતાં અને લેતાં કરી દીધાં! હા, ખૂબ જલદી હસ્મિતાએ શીખી લીધું કે ઇન્જેક્શન કેમ અપાય.

દિનેશને કસરત કરાવવા માટે ચેતન સોની આવવા માંડ્યા, તો એની દેખરેખ માટે બાબુભાઈ મળી ગયા. બાબુભાઈ સવારે ૯:૩૦ વાગ્યે આવી જાય અને સાંજે ૬:૩૦થી ૭:૦૦ વાગ્યા સુધી દિનેશ માટે ખડેપગે રહે. હવે દિનેશને ધીમે-ધીમે બેસાડવાનું શરૂ કરાયું.

દિનેશ માટે પહેલી વ્હીલચૅર લેવાઈ. એ જોઈ રહ્યો વ્હીલચૅરને. હવે આ નાનકડું વાહન જ મારો આધાર અને જીવનભરનો સથવારો. ખરેખર, વ્હીલચૅરમાં બેસવામાં સારું લાગતું હતું, કારણ કે આખો દિવસ બેડ પર પડી રહેવામાંથી થોડીઘણી રાહત મળતી હતી. જો કે વધુ સમય એ બેસી શકતો નહોતો.

બધું બરાબર થઈ રહ્યું હતું, પણ એકદમ ઉપરછલ્લું. દિનેશ મનથી એકદમ ભાંગી પડ્યો. એક કઝિન નીરવ આવીને હિંમત આપતો, કસરત કરાવતો, વાતો કરતો, પણ આ કોઈ મલમ એની માંહ્યલી ઈજા પર કામ કરતા નહોતા. દિનેશને હવે પોતાના કરતાં વધુ ફિકર હસ્મિતાની થતી હતી. બિઝનેસ-બિઝનેસનું રટણ કરવામાં પોતે હસ્મિતાને કેટલો બધો અન્યાય કરી બેઠો! હજી તો બંનેનાં લગ્નને બે વર્ષ પૂરાં નહોતાં થયાં.

અરે! હસ્મિતાની ઇચ્છા મુજબના સ્થળે હનીમૂન માટે જવાનું બાકી હતું. ઝેરીલા વીંછીની જેમ આ વિચારો દિનેશને સતત ડંખી રહ્યા હતા. દવા ભલે શરીર પર જે કંઈ થોડીઘણી અસર કરતી હોય, પણ મનની ઈજા તો બદથી બદતર થઈ રહી હતી. દિનેશ વેપાર-ધંધામાં ગળાડૂબ રહેવાથી હસ્મિતાએ જ નિર્ણય લઈ લીધો હતો કે હવે આપણે બાળક માટે આગળ વધીએ. ફળસ્વરૂપે જ બંનેની સૌથી મોટી અને એકમાત્ર ઇચ્છા એના ગર્ભમાં ધબકવા માંડી હતી, આકાર લઈ રહી હતી.

દિનેશ અને હસ્મિતાને મામા અને બાઈનો પૂરેપૂરો પ્રેમ અને સપૉર્ટ. ખાસ આગ્રહ કરીને પોતાની સાથે જ રાખ્યાં, પરંતુ આ યુવાન કપલ થોડું સ્વતંત્ર હતું. મનફાવે એમ કરનારું અને મનગમતા સમયે કરનારું. જનરેશન ગૅપ તો હોય જ. ક્યારેય કોઈ મુદ્દે મતભેદ થઈ જાય, વાત વધી ન જાય એની સૌ કાળજી રાખે, પણ બંનેને થતું હતું કે હવે આપણા ઘરે જઈએ. બંનેને પોતાનું ઘર, આદિપુરનું ઘર બહુ યાદ આવતું હતું. આ વિચારો વચ્ચે એક અણધારી ઉપાધિ આવી પડી.

હસ્મિતા એક સાંજે ઇન્જેક્શન આપવા આવી અને એકદમ થીજી ગઈ. દિનેશને સ્પર્શ કરતાં જ આંચકો લાગ્યો. એનું શરીર ધગી રહ્યું હતું. ભારે તાવ આવી ગયો હતો. એ પથારીમાં હાલતો સુધ્ધાં નહીં. પડખાં ફેરવવાનુંય બંધ. દિનેશની જે હાલત હતી એમાં પડખાં ફેરવવાનું અનિવાર્ય હતું. એક જ સ્થિતિમાં લાંબો સમય પડી રહેવાથી બેડ-સોર થઈ જવાનો ભય હતો. ચામડીમાં રીતસર ચાંભાં પડી જાય. ધ્યાન ન રખાય અને સમયસર પૂરતી સારવાર ન મળે તો આ ચાંભાં જીવનને ખૂબ દોહ્યલું બનાવી દે.

કમનસીબે દિનેશ સાથે એવું જ થયું. તાવને લીધે સતત સીધા સૂઈ રહેવાથી કરોડરજ્જુના પૂંછડીના ભાગ પાસે ચાંભું પડી ગયું. ધીમે-ધીમે એ ચાંભું વધીને બે ઈંચના ગોળાકાર જેટલું થઈ ગયું. આ ઉપર દેખાતું નિશાન, પણ હકીકતમાં તો ચાંભું ખૂબ ઊંડું ઊતરી ગયું હતું, લગભગ કરોડરજ્જુ સુધી પહોંચી ગયું હતું.

આ સ્થિતિની ગંભીરતા હજી કોઈને સમજાઈ નહોતી. ઍક્સિડન્ટને લીધે દિનેશ વ્હીલચૅર પર આવી ગયો હતો, પરંતુ એના પગલે શરીરમાં

કંઈ અને કેટલી તકલીફ ઘર કરી ગઈ હતી એ તો સમયાંતરે બહાર આવવાનું હતું.

આ બેડ-સોરને લીધે દિનેશની દિનચર્યા બદલાઈ ગઈ. એકદમ પીડા ખૂબ વધી ગઈ. રોજેરોજ ડૉક્ટરને બતાવવું, ડ્રેસિંગ કરાવવું, ઘાને દબાવી સાફ કરવો, અલગ અલગ ટ્યૂબમાંથી મલમ લગાવવો અને એના પર ફરી પાટો બાંધવો... ઘા એટલો વધી ગયો કે સાફ કરીને અંદર દવા મૂકવી પડતી હતી.

આટલું ઓછું હોય એમ યુરિનમાં ઇન્ફેક્શન થઈ ગયું. દિનેશને લાગતું હતું કે પોતાનું જીવન હવે ડૉક્ટર અને દવા વચ્ચે વહેંચાઈ ગયું હતું. ડૉક્ટર અને શારીરિક સમસ્યાઓ વચ્ચે ત્રિશંકુની જેમ હાલકડોલક થતી જિંદગી ક્યાં સુધી પહોંચી શકશે – એવા વિચારોએ દિનેશનાં મન-મગજ પર કબજો જમાવી લીધો હતો. ખૂબ જ પીડાદાયક દિવસો હતા. એ વેદના અને કડવાશ સાથે તે કહેતોય ખરો કે ઍક્સિડન્ટ સાથે ફ્રી ગિફ્ટમાં મને બેડ-સોર અને ઇન્ફેક્શન પણ મળ્યાં!

એક તરફ દિનેશની પીડા વધતી જતી હતી અને જીદ પણ, એટલે હસ્મિતા સાથે તૂતૂ-મૈમૈ અને મતભેદ વધવા માંડ્યાં. પોતાની વેદનામાં ગળાડૂબ દિનેશની મનઃસ્થિતિ એવી નહોતી કે એ અત્યંત ચિંતિત અને ગર્ભવતી હસ્મિતાને સમજી શકે.

ભયંકર દિવસો હતા. એનો ક્યાંય કોઈ છેડો નહોતો દેખાતો. દિનેશને જીવન સાવ અંધકારમય લાગતું હતું. આવું જીવન જીવવાનો અર્થ શું? કાયમ કોઈક પર અવલંબન! સદૈવ બીજા પર બોજની અસર, પીડા અને ગાઢ હતાશા વચ્ચે દિનેશનું અસ્તિત્વ ફંગોળાતું હતું. એવામાં ધીમા અવાજે થતી એક કાનાફૂસી દિનેશના કાન સુધી પહોંચી. એને થયું કે પોતે મરી ગયો હોત તો સારું! બે સંબંધી વાત કરી રહ્યા હતા, 'આ સંજોગોમાં હસ્મિતા ક્યાં સુધી દિનેશ સાથે રહેવાની? એ ગમે ત્યારે દિનેશને છોડીને ન જતી રહે તો કહેજો!'

દિનેશને થયું કે પોતે ઊભો થઈને ઘરની બહાર દોડી જાય અને એવી જગ્યાએ જતો રહે કે જ્યાં કોઈ જ ન હોય.

9

દિનેશ અને હસ્મિતાના મતભેદ વધવા માંડ્યા. એક દિવસ બંને વચ્ચે ખૂબ ઝઘડો થયો. હસ્મિતા માટે આ બધું અસહ્ય બની ગયું. તે દિનેશના મામાનું ઘર છોડીને પોતાની મમ્મીને ઘરે જતી રહી. સામાન્ય દિવસો હોત તો દિનેશને લાગ્યું હોત કે ભલે રિસાઈ ગઈ, ક્યાં સુધી રિસાયેલી રહેવાની? અને એ નારાજ રહે તો હું ક્યાં જઈને મનાવી નથી શકવાનો? પણ આ સંજોગોમાં મારું જવાનું ક્યાંથી શક્ય બનવાનું? બીમારી, હતાશા અને નિરાશા વચ્ચે હસ્મિતાનું જતાં રહેવું એટલે છેલ્લો આધાર ગુમાવી બેઠાની ગ્લાનિ અનુભવી દિનેશે. બધા વાત કરતા જ હતા કે હવે હસ્મિતા ઝાઝો સમય મારી સાથે નહીં રહે! અને શા માટે રહે? હું એના કયા કામનો છું? માત્ર બોજ છું બોજ! જીવનભરનો બોજ!

દિનેશ મનને મનાવતો રહ્યો કે સારું થયું હસ્મિતા જતી રહી. મારે લીધે દુઃખી થવામાંથી છુટકારો મળ્યો, પણ દિલ સ્વીકારી જ નહોતું શકતું કે હસ્મિતા મને – એના દિનેશને છોડીને જાય! અને દિનેશ કેવી રીતે જીવી શકવાનો એના વગર? પગ વગર હલનચલન કે જીવનનું ગાડું ખેંચી કઢાય, પણ એ તો મારો જીવ છે! મારો પ્રાણવાયુ છે!

ઘરવાળાંથી દિનેશની સ્થિતિ સહન થતી નહોતી. એના મોઢા સામે જોવું કેવી રીતે? આ યુવાનની આંખોમાંથી ડોકાતા સવાલના જવાબ લાવવા ક્યાંથી? એ બોલતો નહોતો, પણ જાણે સતત પૂછતો હતો, મારી સાથે જ કેમ આવું થયું? હું ક્યારેય ચાલી નહીં શકું? આમ ને આમ કેવી રીતે અને કેટલું જીવી શકીશ? મારી હસ્મિતા વગર હું કરીશ શું? જીવીશ કોના માટે?

મામાએ દિનેશને સમજાવવા પ્રયાસ કર્યો કે હસ્મિતાને થોડા દિવસ મમ્મીને ઘેર રહેવા દઈએ. તારી આવી તબિયત વચ્ચે એ માત્ર ત્યાં શાંતિથી રહી શકશે અને થોડીઘણી ખુશ રહી શકશે. એના માટે શાંતિ અને ખુશી ખૂબ જરૂરી છે. આવનારા બાળક માટે તો અનિવાર્ય છે.

મામાની વાત સાવ સાચી હતી, પણ પોતાનાં બારેય વહાણ ડૂબી ગયાં. જીવનની સૌથી મોટી મૂડી, અસ્કામત અને સર્વસ્વ ગુમાવી બેઠો હતો એ. હસ્મિતાને કાયમ માટે ખોઈ બેસવાનો ડર સાચો પડશે? ભયંકર ખરાબ સંજોગો અને વિચારોની સુનામી વચ્ચે દિનેશને આશરાનું એકમાત્ર નાનકડું તણખલું દેખાતું હતું – પોતાનું આવનારું બાળક.

કેવી કઠોર વિચિત્રતા હતી! એક જુવાનજોધ યુવાનના જીવનનો, અસ્તિત્વનો આધાર હજી અસ્તિત્વ ન ધરાવતા કે ન જન્મેલા બાળક પર હતો!

ચાંભાની પીડા, યુરિન ઇન્ફેક્શન અને વારંવાર આવતો જીદ્દી તાવ શરીરને બેહાલ કરી રહ્યાં હતાં, તો હસ્મિતાનું જતું રહેવું મનને કોરી ખાતું હતું. મગજમાં જાતજાતના વિચારો દેકારો મચાવતા હતા. ક્યારેક દિનેશને થતું હતું કે આ બધામાંથી છૂટવાનો એક અકસીર ઇલાજ છે આપઘાત! જીવન ટૂંકાવી દઉં તો મારી સાથે બધાંનો કાયમ માટે છુટકારો! પાંચ-દસ દિવસ રડશે, પણ પછી...

ના, એમ જીવન ક્યાંથી ટૂંકાવું? મારું બાળક આવવાનું છે. એ મારો ઉદ્ધાર કરશે, મારું જીવનદાતા બનીને આવશે. એના આવ્યા બાદ બધું ફરી સારું થઈ જશે, ખુશહાલ થઈ જશે.

હતાશાના હિમાલય પર ઊડતા આશાના તણખલાના જોરે દિનેશે ચાંભાનું ડ્રેસિંગ ચાલુ રાખ્યું. ફિઝિયોથેરપિસ્ટને સાથ આપવા માંડ્યો. આ ઉપરાંત બાબુભાઈ હવે બે વાર કસરત કરાવવા માંડ્યા. થોડા સમયમાં દિનેશને લાગવા માંડ્યું કે મામાનું ઘર છોડીને પોતાના આદિપુરના ઘરે જતા રહેવું જોઈએ. હવે મારે લાઇફને એક ચાન્સ આપવો જોઈએ અને આપીશ જ. બધાની અનિચ્છા અને આગ્રહ છતાં દિનેશ પોતાના ઘરે ગયો અને હસ્મિતા પાછી આવી ગઈ. ઍક્ચ્યુઅલી આ યુગલને પોતમેળે જીવવાની આદત હતી. એમાં બીજાનાં સૂચનો ખૂંચતાં હતાં. દિનેશ શારીરિક

લાચારી સ્વીકારી લેતો હતો, પણ હસ્મિતાની માનસિક સ્થિતિમાં હસ્તક્ષેપ કાંટા જેવા લાગતા હતા. આ બાબતમાં ઘણી ગરમાગરમ ચર્ચા-દલીલ થતી રહેતી હતી. એના ફળસ્વરૂપે હસ્મિતા પિયર જતી રહી હતી, પણ દિનેશના એકલા રહેવાના ખ્યાલ સાથે તે પાછી આવી ગઈ, પોતાના ઘરે.

દિનેશ અને હસ્મિતાનાં મન હજુ ઉચાટમય હતાં. દિનેશને લાગતું હતું કે હસ્મિતા મને, પોતાના દિનેશને છોડીને જતી રહી! અને એવી જ ગ્લાનિ સામે પક્ષેય હતી. બંને વચ્ચેનો બરફ હજી પૂરેપૂરો ઓગળ્યો નહોતો. હસ્મિતાના મનમાં કેટલીય શિખામણો પડઘાતી હતી : દિનેશ સાથે હવે તારી લાઇફ નથી. છોડી દે, એને છોડી દે. છતી આંખે ધોળે દિવસે કૂવામાં ન પડાય. બે-પાંચ દિવસ કે મહિનો ઠીક છે, પણ જીવનભરનું આવું દુઃખ કેવી રીતે બરદાસ્ત થશે? અમારી વાત માની લે અને દિનેશની દુનિયાને અલવિદા કરી દે, કાયમ માટે! હજી ક્યાં તારી એવી ઉંમર થઈ છે? સારો છોકરો મળી જશે. માની જા, છોડી દે, માની જા...

હસ્મિતાએ પોતાના બંને કાન પર હાથ મૂકી દીધા, પરંતુ વિચારો બહુ જિદ્દી હતા. દિનેશની તબિયતની ફિકર, ભવિષ્યની ચિંતાનું ટૅન્શન અને આ બધાની પેટમાંના બાળક પર, તબિયત પર માઠી અસર થવાના ફફડાટથી હસ્મિતા સતત ટૅન્શનમાં યંત્રવત્ જીવી રહી હતી. કોઈની જાણ બહાર આ બધું એનાં મન, મગજ અને શરીર પર વિપરીત અસર કરી રહ્યું હતું.

દિનેશ શક્ય એટલો નૉર્મલ બનવા માંગતો હતો. એકાદ કલાક પૂરતુંય ઑફિસે જવાનું શરૂ કરી દીધું. જો કે વધુ બેસી શકાતું નહોતું. ચાંભાં હજી રૂઝાયાં નહોતાં. એમાંથી વાસ, દુર્ગંધ આવવા માંડી હતી. હકીકતમાં દિનેશનો સ્વભાવ એકદમ આળો થઈ ગયો હતો. વાતવાતમાં ક્રોધ કરે. ક્યારેક કસરતવાળા ભાઈ પર ગુસ્સો કરે, તો ક્યારેક હસ્મિતાને વઢે. દિનેશને જીવન એકદમ અંધકારમય લાગતું હતું. સૂવા, બેસવા, નહાવા, મળમૂત્ર-વિસર્જન અને પાણી પીવા માટે પણ કોઈને કોઈનું અવલંબન! ક્યારેય વિચાર્યું નહોતું કે જિંદગી આટલી બદતર, લાચાર, વિવશ હોઈ શકે. સમય પસાર થતો હતો માત્ર નામ પૂરતો, એમાંથી કંઈ કરતાં કંઈ ઊપજતું નહોતું.

10

દિનેશ અને હસ્મિતા એક જ ઘરમાં એક જ છત હેઠળ રહેતાં હતાં, જીવતાં હતાં, વસતાં હતાં માત્ર એકમેક માટે, છતાં બંને એકમેકના ભાવ-વિચારોને પામી શકતાં નહોતાં. દિનેશ જે જીવન જીવતો હતો અથવા જીવવા માટે મજબૂર હતો એની કલ્પના સુધ્ધાં નૉર્મલ માણસને અધમૂઓ કરી નાખે. કેટકેટલી પીડા, તકલીફ, ફિકરને અંદર ધરબી દઈને એને જીવવું પડતું હતું!

હસ્મિતાને પોતાના કરતાં દિનેશની અને ખાસ તો ગર્ભસ્થ શિશુની ચિંતા દઝાડતી હતી. ત્રણેયનું ભવિષ્ય કેવું હશે? શું થશે? વિચારોનો રાક્ષસ એના અસ્તિત્વને ઘમરોળતો હતો. ૨૦૦૫ની ૧૨મી ઑગસ્ટે એ શેતાને પહેલો મોટો હુમલો કર્યો હસ્મિતા પર. હસ્મિતાનું બ્લડપ્રેશર એકદમ હાઇ થઈ ગયું. આટલી નાની ઉંમર અને એમાં પાછી પ્રેગનન્સી. હસ્મિતાની બહેન હર્ષા તરત જ ડૉ. દર્શક મહેતા પાસે લઈ ગઈ. ચેક કર્યું તો બી.પી. ઘણું હાઇ હતું. ડૉક્ટરે દવા આપી કહ્યું, 'આ દવાથી બી.પી. કન્ટ્રોલમાં ન આવે તો—' હસ્મિતા અને હર્ષા અધ્ધર શ્વાસે સાંભળી રહ્યાં, 'તો કદાચ પ્રીમૅચ્યોર ડિલિવરી કરાવવી પડે.'

હસ્મિતાના પગ નીચેની ધરતી સરકી ગઈ. એનો ભાવહીન ચહેરો જોઈને હર્ષા એકદમ ગભરાઈ ગઈ. માંડ-માંડ સમજાવી-પટાવીને એના ઘરે લાવી. હકીકત જાણીને દિનેશ એકદમ દિગ્મૂઢ થઈ ગયો. એ પોતાને કોસવા માંડ્યો, ભાંડવા લાગ્યો : બધા પ્રૉબ્લેમ મારે લીધે છે! હું હસ્મિતા પર ગુસ્સો ન કરતો હોત તો આ સ્થિતિ ઊભી ન થઈ હોત. એક પતિ તરીકે હું સરિયામ નિષ્ફળ છું. પ્રેગનન્ટ પત્નીને સાચવી ન શક્યો, ખુશ

ન રાખી શક્યો. પરિણામે પત્ની સાથે બાળકને મુશ્કેલીમાં મૂકી દીધું! એને ચારે બાજુ ઊંડી પીડા દેખાતી હતી. થોડે દૂર જોયું તો ક્યાંક પીડામાંથી લાવા ઊડી રહ્યા હતા. એના અસ્તિત્વનો એક-એક કણ ભડકે બળતો હતો. આ દાઝવાથી કદાચ એને સારું લાગતું હતું. પોતાના હાથે પોતાને થતી સજા ગમવા માંડી હતી એને.

દિનેશે ભારે પ્રયાસપૂર્વક શાંતિ રાખી. હર્ષાએ પણ બહેન માટે શક્ય એટલું બધું કર્યું. હસ્મિતાએ સમયસર દવા લીધી. આરામ કર્યો. કામકાજ કરવાને બદલે પડી રહી અને ઊંઘ સારી આવી. આ બધું કદાચ ઉપરછલ્લું હતું, જેની મનના પાતાળે તંબુ ખોડીને ચિરસ્થાયી થઈ ચૂકેલા વિચારો, ચિંતા અને રોષ પર જરાય અસર થતી નહોતી. સૌ પાસે બે જ વિકલ્પ હતા : આશા રાખવી અને પ્રાર્થના કરવી. આમાં કોઈએ પાછા ન પડવું.

બીજા દિવસે ડૉ. મહેતા પાસે ગયા. મનમાં ધાસ્તી હતી કે શું થશે? બી.પી. કન્ટ્રોલમાં આવ્યું હશે ને? ના, નહોતું આવ્યું, બલકે વધી ગયું હતું. ડૉ. મહેતાએ સલાહ આપી કે સિઝેરિયન કરાવી લઈએ તો સારું. ખાસ તો બાળકની સલામતી માટે. ઍક્સિડન્ટ પછી આ બીજો આંચકો હતો, પણ વડીલો, સ્નેહીઓ સમજાવવા માંડ્યાં : હવે સિઝેરિયનની ક્યાં નવાઈ રહી છે? આપણે તો બાળકના સારા માટે કરાવવું છે ને? સાંભળ્યું છે કે સિઝેરિયનથી જન્મવાને લીધે બાળક વધુ સેફ અને હેલ્ધી રહે, એના મગજનો વિકાસ સારો, ઝડપી થાય. જેટલાં મોઢાં એટલી વાત.

પરંતુ દિનેશ કે હસ્મિતાના કાન ક્યાં કંઈ સાંભળતા હતા! તેમને એકમાત્ર ફિકર હતી બાળકની. દિનેશને હસ્મિતાની તબિયતની પણ દરકાર હતી. પોતાને લીધે આ બધું થયું હોવાની ગુનાહિત લાગણી વચ્ચે તેણે સિઝેરિયન માટે હા પાડી. હસ્મિતા પાસે તો સંમતિ આપવા સિવાયનો વિકલ્પ જ ક્યાં હતો?

સિઝેરિયનનો નિર્ણય લેવાઈ ગયો, પણ એકેએકના મનમાં વિચાર હતો : ક્યાંક હસ્મિતા કે બાળકને તકલીફ થઈ ગઈ તો? એક જ પરિવાર પર વારાફરતી આટલી મોટી આફત! હે ઈશ્વર! કૃપા કર કૃપા! બધાંએ ચહેરા પર સ્વસ્થતાનાં મહોરાં પહેરી લીધાં. એના પર બનાવટી અધકચરાં સ્મિત ચોંટાડી દીધાં. સૌ એકમેકને સધિયારો આપતાં હતાં : બધું બરાબર થઈ

જશે. તમતમારે ફિકર છોડો. સૌનો માંહ્યલો જાણતો હતો કે પોતાની અંદર કેવો ભયંકર ફફડાટ છે!

૧૩મી ઑગસ્ટ. હસ્મિતાને સિઝેરિયન માટે ઑપરેશન થિયેટરની અંદર લઈ ગયા. થિયેટરની અંદર એક નવો જીવ દુનિયામાં પ્રવેશ માટે તૈયારી કરી રહ્યો હતો. થિયેટરની બહાર કેટકેટલાયના જીવ મૂંઝાતા હતા, ગભરાતા હતા. કોઈક ડર અને ચિંતા છુપાવવા પીઠ ફેરવીને બારીની બહાર જોતું હતું. કોઈક ચોમાસાના દિવસોમાં પરસેવો લૂછવાને બહાને રૂમાલમાં મોઢું ઢાંકી દેતું હતું. વડીલો સ્થિતપ્રજ્ઞની જેમ પ્રભુસ્મરણમાં લીન થઈ ગયા હતા. બધાંની નજર ઑપરેશન થિયેટરના દરવાજા પર ચોંટેલી હતી. જાણે એ સ્વર્ગનો, મુક્તિનો અને અભયવચનનો દરવાજો હોય. અંદર શું ચાલતું હશે – સૌની પોતપોતાની કલ્પના હતી.

કોઈને ભાન નહોતું કે કેટલો સમય વીતી ગયો. અચાનક દરવાજો ખૂલ્યો. સૌનું હૃદય ધબકારો ચૂકી ગયું. એક કાબેલ પ્રૉફેશનલની જેમ ડૉક્ટર ભાવહીન ચહેરે નજીક આવતા હતા. ડૉક્ટર કેમ આટલાં ધીમાં પગલે ચાલતા હતા? કે ઑપરેશન થિયેટર આપણાથી આટલું બધું દૂર હતું?

ડૉક્ટર નજીક આવીને બોલ્યા, 'લક્ષ્મીજી પધાર્યાં છે. કૉંગ્રેચ્યુલેશન. ફૉર્ચ્યુનેટલી બંને સાજાંસમાં છે.' બધાં ખૂબ ખુશખુશાલ થઈ ગયાં. હસ્મિતા પરથી મોટી ઘાત ગઈ ને છોગામાં લક્ષ્મીજી પધાર્યાં. દિનેશ-હસ્મિતા માટે આ નવજાતનું આગમન નહોતું, નવજીવન હતું નવજીવન! દિનેશ ગળગળો થઈ ગયો, પણ મનોમન પ્રતિજ્ઞા લીધી, 'હવે જે થાય તે! અમે બંને આ દીકરી માટે જીવી લઈશું. એ નાનકી બહુ મોટી આશા બનીને આવી છે. આ રમકડાના સંગાથમાં જીવનનો માર્ગ હસતાં હસતાં કાપી લઈશું.'

દિનેશના હૃદયના કોઈ ખૂણે આશાના દીવા પ્રગટવા માંડ્યા, પણ એની જ્યોત ફડફડતી હતી!

11

દિનેશ પોતાનો ઍક્સિડન્ટ ભૂલી ગયો, પીડા વીસરી ગયો. હાલીચાલી ન શકતા શરીરની લાચારી યાદ ન આવી. એની આંખ સામે તરતો હતો અમૃતકુંભ, જે માસૂમ બાળકીનું રૂપ લઈને તેના જીવનમાં આવ્યો હતો. એનામાં આનંદ, જોશ અને ઉત્સાહના એવા નાયગરા ધોધ વહેવા માંડ્યા કે ચાલીને કે દોડીને નહીં, ઊડીને દુનિયાની લટાર મારી આવે! એ સતત એટલો બધો મલકાતો હતો કે કોઈ જુએ તો તેને ગાંડો સમજી લે, પણ દિનેશને અત્યારે કોઈ કરતા કોઈની પરવા નહોતી. એ પોતાના, હસ્મિતાના અને બાળકીના વિશ્વની કલ્પનામાં સરી પડ્યો હતો.

કદાચ ક્યાંક કોઈનો રિંગ ટૉન વાગતો હતો : 'આ ચલ કે તુઝે મૈં લે કે ચલું, એક ઐસે ગગન કે તલે, જહાં ગમ ભી ના હો, આંસુ ભી ના હો, બસ પ્યાર હી પ્યાર પલે...' ઍક્સિડન્ટ બાદ નાના-નજીવા અવાજથી અકળાતા દિનેશને આજે આ ગીત ગમ્યું. એને થયું કે ફોન ન ઉપાડાય અને પોતે સાંભળતો રહે, સાંભળતો જ રહે!

એ કલ્પનામાં વિહરવા માંડ્યો : એની બાળકી પર પડેલી નજર જાણે સ્વર્ગનાં દર્શન! જીવતેજીવ દેવીનો સાક્ષાત્કાર! ઈશ્વરના સૌથી મોટા પ્રસાદ-સમા આશીર્વાદ! સૌથી અમૂલ્ય સોગાદ! એ લક્ષ્મીજીની આંખ બંધ હતી, પણ એની અંદર સુંદર ભવિષ્યનાં સપનાં દિનેશને દેખાતાં હતાં. હવે એને નહોતી કોઈ રાવ કે ફરિયાદ. રડવાના દિવસો ગયા. હવે હસવાના-જીવવાના દિવસો આવી ગયા. ખબર નહીં કેમ, દિનેશને થતું હતું કે પોતે આ બાળકીને લઈને અને હસ્મિતાને પણ લઈને પોતે દૂર-દૂર ઊડી જાય, બધાથી દૂર, કાયમ માટે. મન તલપાપડ હતું એ પરીને જોવા માટે. આ

માસૂમના આવવાથી દિનેશ પીડા, લાચારી અને હતાશા જ નહીં, ઊંઘ, દવા અને ખાવાપીવાનું ભૂલી ગયો. કલાકો પહેલાં જે ક્યાંય નહોતું એ હવે જીવન કેમ બની ગયું? જીવવાનો આધાર બની ગયું!

હસ્મિતાની નૉર્મલ ડિલિવરી નહોતી, એટલે કે આઠમે મહિને થઈ હતી. બાળકીનાં ફેફસાં ખૂબ નબળાં હતાં એટલે ડૉક્ટરે એને પેટીમાં રાખવાની સલાહ આપી. પહેલે દિવસે ગાંધીધામની હૉસ્પિટલમાં આ વ્યવસ્થા મળી ગઈ એટલે ત્યાં રાખી. જો કે ડૉક્ટરે વધુ સારી સગવડવાળી હૉસ્પિટલમાં આઈ.સી.યુ.માં રાખવાની સલાહ આપી. બીજા જ દિવસે બચ્ચીને ભુજની હૉસ્પિટલમાં ખસેડાઈ. અરે, હજી એક નજર જોઈ નથી મારી પરીને ત્યાં આ શું? બચ્ચીને હૉસ્પિટલમાં રાખવા જેટલી પીડાદાયક બાબત દિનેશ માટે એ હતી કે પોતે એની સાથે ક્યાંય જઈ શકે એમ નહોતો! હસ્મિતા પણ હૉસ્પિટલમાં ને પોતે પગથી લાચાર! જાણે શરીરમાંથી જીવ કાઢીને કોઈ અન્ય સ્થળે લઈ ગયા હોય એવી લાગણી-વેદના દિનેશ અનુભવતો હતો. બેબી સુખરૂપ રહે એ માટે આમ કર્યા સિવાય છૂટકો નહોતો, છતાં દિનેશને લાગ્યું કે આ જીવનની અત્યંત અને સૌથી વધુ કઠોર પરીક્ષા છે, જેથી હૈયું ખોલીને કોઈની સાથે વાત કરી શકે એમ નહોતો.

અમદાવાદથી આવેલા રમેશકાકા, સૌથી નાનો ભાઈ જિજ્ઞેશ અને મામાઓ ભુજમાં પોતાની સૌથી અમૂલ્ય વ્યક્તિની આસપાસ હતા, એટલે ફિકર કે ચિંતા નહોતી, પણ પોતે ત્યાં ન હોવાનો વસવસો કોરી ખાતો હતો. હસ્મિતાને હૉસ્પિટલમાંથી રજા મળી, પણ આ સિઝેરિયન ઑપરેશનને લીધે આરામની ખૂબ જરૂર હતી. એ એની મમ્મીના ઘરે ગઈ.

હજી બધાં સગાં-સંબંધી લક્ષ્મીજીના આગમનથી ખુશખુશાલ હતાં. માત્ર દિનેશને નહીં, સૌને લાગતું હતું કે આ નાનકડો જીવ દિનેશ-હસ્મિતાના લગ્નજીવનને સ્થિરતા આપશે, લાગણીના તાંતણે બેઉને આજીવન બાંધી રાખશે કાયમ માટે. ન જાણે કોણે કઈ બાધા, આખડી કે માનતા માની હશે, પણ સૌને થયું કે ભગવાને – માતાજીએ અમારી વિનવણી માની ખરી!

૧૩મી ઑગસ્ટ, ૨૦૦૫ના રોજ સોનાનો જે સૂર્ય ઊગ્યો, એની રોશનીથી દિનેશનાં રોમેરોમ હજી ઝળાંહળાં થઈ રહ્યાં હતાં. એ પળ, જે ઘડી હજી એ શ્વસતો હતો, જીવનભર એને ફેફસાંમાં ભરી રાખવા માગતો

હતો. ભગવાનનો પાડ માનતાં થાકતો નહોતો. એની ઉદારતા પર કંઈ પણ ન્યોછાવર કરી દેવા તૈયાર હતો. વિચારતરંગ વધતા જતા હતા : હું અને હસ્મિતા પરીને રમાડીએ, એની સાથે હસીએ, એને હથેળીમાં ફૂલની જેમ સાચવીએ, ક્યારેય કોઈ તકલીફ એની આસપાસ સુધ્ધાં ના ફરકે. દિનેશ વ્હીલચૅર પર બેસીને અને હસ્મિતા મમ્મીના ઘરે બેડ પર લગભગ સરખા વિચાર કરતાં હતાં. બંને માટે એક-એક પળ વિતાવવી મુશ્કેલ હતી. ક્યારે પરીને જોઈએ, એના મખમલી નાનકડા હાથને સ્પર્શ કરીએ, એના નાજુક પગને પોતાની આંખ પર લગાડીએ, એને હસાવવાના પ્રયાસ કરીએ, એને ક્યારેય રડવા ન દઈએ! એના માટે અલગ રૂમ સજાવવો હતો હસ્મિતાને. દિનેશ મૂંઝાતો હતો કે એક નાનકડા નાજુક જીવને પોતે બરાબર તેડી શકશે? સાચવી શકશે? એ કલ્પનાના વિશ્વમાં એની પાછળ દોડતો હતો. પરી દોડતાં દોડતાં પાછળ જોઈને હસી-હસીને દિનેશને બોલાવતી હતી. દિનેશ ઇરાદાપૂર્વક ધીમાં પગલે દોડતો હતો કે જેથી પરી પકડાઈ ન જાય. પરી દૂર દૂર જતી ગઈ.

તેરમી, ૧૪મી અને ૧૫મી ઑગસ્ટ – દિનેશ અને હસ્મિતા માટે દિવસો તો છોડો, એક-એક પળ વિતાવવી મુશ્કેલ હતી. બંનેનો જીવ નાનકડી વહાલસોઈ પરીમાં હતો. ક્યારે એને ઘરે લવાય અને પોતાના ખોળામાં મુકાય એની રાહ જોવાતી હતી. હકીકતમાં તો આ રાહ જોવાનું અશક્ય, અસહ્ય બનતું જતું હતું.

દવા અને નબળાઈ છતાં ૧૫મી ઑગસ્ટની રાતે ન દિનેશને ઊંઘ આવી કે ન હસ્મિતાને. સ્વાતંત્ર્યદિને પોતે કેવો સંજોગોનો ગુલામ છે કે પોતાની સૌથી વહાલી વ્યક્તિને ઘરે લાવવાની, જાળવવાની કે જોવાની છૂટ નહીં એ તે વળી કેવી આઝાદી! આજે રાતનો અંધકાર કંઈક વધુ ઘેરો હતો. ભયંકર હતો. કદાચ ડરામણો પણ.

૧૬મી ઑગસ્ટમાં પ્રવેશ સાથે ઘડિયાળના કાંટા આગળ વધતા જતા હતા. સવાર સુધીમાં સમયે ભયંકર વિકરાળ રાક્ષસનું રૂપ લઈ લીધું. એને દિનેશ-હસ્મિતાની રૂપકડી પરી એટલી બધી ગમી ગઈ કે યમદૂતના સ્વરૂપે આવીને એને પોતાની સાથે લઈ ગયો. એ સમયે દિનેશ-હસ્મિતા અસ્વસ્થતાથી પથારીમાં પડખાં ફેરવી રહ્યાં હતાં.

12

દિનેશ એકદમ હતપ્રત થઈ ગયો. તેની વાચા હણાઈ ગઈ. મગજ બહેર મારી ગયું. આંસુ સુકાઈ ગયાં. મહિનાઓમાં જ બીજો કુઠારાઘાત. અકસ્માતે તો માત્ર પગ આંચકી લીધા, શારીરિક હલનચલન મર્યાદિત કરી નાખ્યું હતું, પણ આ નાનકડી પરી તો પોતાના જીવવાની આશા હતી, પોતાના સપનાની પાંખ હતી, હસ્મિતા સાથેના સહજીવનની ચાવી હતી. એ તો દિનેશના જીવતા રહેવાનું, ઝઝૂમતા રહેવાનું કારણ હતી. એને જીવનમાં મોકલવા બદલ પોતે ઈશ્વરનો કેટકેટલો આભાર માન્યો હશે, એ ઓછો પડ્યો હશે ઉપરવાળાને? દિનેશને થયું કે માસૂમ પરી એકલી નથી ગઈ, પોતાનો જીવ સાથે લેતી ગઈ છે, મારું સર્વસ્વ લેતી ગઈ છે. હું ઊંઘતો રહ્યો અને પૂરેપૂરો લૂંટાઈ ગયો!

પોતાના મામાને ઘરે રહેતા દિનેશને આ ભયંકર સમાચાર મળ્યા. હસ્મિતા મમ્મીને ઘરે હતી. દિનેશનાં કુટુંબીજનો અવઢવમાં મુકાઈ ગયાં કે એને આ વાત કરવી કે નહીં? એની નાજુક તબિયત વધુ બગડી તો? કંઈ સૂઝતું નહોતું, એટલે હસ્મિતાનાં મમ્મી અને બહેનને બોલાવીને આ વાત કરી.

સમયની વક્રતા જુઓ કે પરીની અકાળે ચિરવિદાયની સૌને ખબર હતી, પણ એની જનની અજાણ હતી! અને માતા કે જે દીકરીને એકવાર જોવા માટે આકુળ-વ્યાકુળ હતી, પોતાના અસ્તિત્વના અંશને હાથમાં લેવો હતો, સ્પર્શ કરવો હતો, વહાલ કરવું હતું, પણ એ બિચારી ક્યાં જાણતી હતી કે શું થઈ ગયું છે અને આગળ શું થવાનું છે?

પરીને ભુજથી મામાના ઘરે લાવ્યા. દિનેશે પહેલીવાર પોતાની આશા, જિંદગી અને સર્વસ્વને જોઈ, પણ કેવી હાલતમાં? એની આંખમાં રહેલાં

આંસુના બંધના દરવાજા તૂટી ગયા. એ સતત, અસ્ખલિત રડવા માંડ્યો. એ સમયે બધાંએ મળીને નિર્ણય લીધો કે પરીના સ્વર્ગલોક સિધાવી જવાની વાત હમણાં હસ્મિતાને ન જણાવવી. સર્વાનુમતે નક્કી કરાયું અને એમાં દિનેશ પણ સંમત થયો. જો કે ભવિષ્યમાં એ ખૂબ ખૂબ પસ્તાવાનો હતો અને વારંવાર કબૂલવાનો હતો કે આ પોતે લીધેલો જીવનભરનો સૌથી ખોટો નિર્ણય હતો. આ માટે એને માફ ન કરી શકાય – ક્યારેય નહીં, કોઈ રીતે નહીં.

પણ અત્યારે એને ક્યાં કંઈ સમજ કે સૂઝબૂઝ હતી? એણે તો એક જ રટણ પકડ્યું કે પરીને ક્યાંય લઈ જવાની નથી, તે મારી પાસે જ રહેશે. ઘરનાં બધાંએ ખૂબ સમજાવ્યો. સૌ પોતાની ફરજ બજાવતાં હતાં, પણ નવજાતના પિતાની વેદના એમનાં કાળજાં કોરી ખાતી હતી.

રિવાજ મુજબ નાનકડી દીકરીને દફનાવવી હતી અને એમાં પિતા ન જઈ શકે. આ શબ્દો સાંભળતાંવેંત દિનેશ જાણે એકદમ સાજોસમો હોય એમ જોશભેર વ્હીલચૅરમાં ઊભો થવા ગયો. બધાંએ માંડ માંડ પકડી લીધો. લોકોની સમજાવટ-શિખામણ બાદ હૈયા પર પથ્થર મૂકીને પોતાની જીવથી વહાલી દીકરીને દિનેશે પહેલીવાર જોઈ, છેલ્લીવાર પણ. એના પહેલા સ્પર્શ સાથે શરીરના રોમેરોમમાં જાણે વીજળીનો કરંટ ફરી વળ્યો. આ નવી ચેતનાનો સંચાર હતો કે – ના, આ તો એના આઘાતનો આંચકો હતો આંચકો!

પરીના આખરી મુકામ સાથે અગણિત અણિયાળા સવાલોની કૂંપળો ફૂટવા માંડી હતી. એક માનો દીકરીને પ્રથમ કે અંતિમ વાર જોવાનો હક સુધ્ધાં નહી? હવે તો હસ્મિતા ક્યારેય એનું મોઢું જોઈ નહીં શકે. એકવાર, માત્ર એકવાર એને મળવા ન દેવી જોઈએ? અરે, ચહેરો તો બતાવવો જોઈએ કે નહીં? ફરી ક્યાં ક્યારેય તે દેખાવાની હતી? આ મહાભૂલ – મહાપાપ બદલ ભવિષ્યમાં ન જાણે કેટકેટલીવાર દિનેશે સાંભળવું પડશે! ચૂપચાપ ગુસ્સાનો શિકાર બનવું પડશે! પણ એ ન પોતાનો બચાવ કરી શકશે કે ન સમ ખાવા પૂરતો હરફ ઉચ્ચારી શકશે.

ભવિષ્ય તો આવતીકાલની વાત છે. દિનેશનો વર્તમાન વધુ ને વધુ ભયાનક થતો જતો હતો. અંધકાર ઘેરાતો જતો હતો, વધુ ને વધુ ઘેરો

કાળોડિબાંગ થતો જતો હતો. દિનેશ અને હસ્મિતા એવા અંધકારમય ભાવિના બોગદામાં ઘૂસી ગયાં હતાં કે જેનો અંત દેખાતો જ નહોતો. ક્યાંય આછું-પાતળું પ્રકાશનું – આશાનું કિરણ પણ નહીં.

હસ્મિતાથી પરી વિશેની હકીકત ક્યાં સુધી છુપાવી શકાય? એની મમતા વારંવાર પરી માટે ચિત્કાર કરતી હતી. એની ઝંખના, એષણા બેકાબૂ બની ગઈ. બધાં બહાનાં ખૂટી ગયાં ત્યારે નાછૂટકે એને કડવી સચ્ચાઈ જણાવવી પડી. એને પોતાના કાન પર વિશ્વાસ ન બેઠો. સામેવાળી વ્યક્તિ શું બોલી રહી છે? શા માટે આવી ગંદી – ક્રૂર મજાક કરી રહી છે? હસ્મિતાએ ચીસાચીસ કરી મૂકી : મારી દીકરીને લઈ આવો! મને લઈ જાઓ એની પાસે હમણાં ને હમણાં! મારે એને રમાડવી છે, જોવી છે! એની ચીસમાં આંસુ અને ધમપછાડા ઉમેરાતાં રહ્યાં. ખૂબ લાંબા સમયે એ શાંત પડી – શાંત શું પડી, એક નિર્જીવ – નિસ્તેજ પૂતળું બની ગઈ.

પોતપોતાની હતાશા અને અંધકાર વચ્ચે દિનેશ અને હસ્મિતા ક્યારેક ફોન પર વાત કરતાં. હરીફરીને હસ્મિતા એક જ સવાલ પૂછતી કે મારી દીકરી કાયમ માટે છોડી ગઈ, તો એકવાર મને જણાવવાનું તને યોગ્ય ન લાગ્યું? હસ્મિતાની તબિયત જોવા આવે તો એ વધુ વીફરી પડતી : શું થઈથઈને શું થયું હોત? મરી ગઈ હોત ને? આવા જીવવા કરતાં તો મોત સારું! અને... તું પરી સાથે છેલ્લે સુધી રહ્યો, કારણ કે તું એનો બાપ અને હું? હું તો એની કંઈ જ નહીં ને?

દિનેશ-હસ્મિતાની વાતચીતમાં કાયમ, ચડસાચડસી, ખટરાગ અને કડવાશમાં એકમેકનો ઇમોશનલ સપૉર્ટ બનવાને બદલે બેઉ ઝઘડતાં હતાં.

અત્યાર સુધી દિનેશ-હસ્મિતાનું લગ્નજીવન ટકી રહેવા વિશે શંકા-કુશંકા કરનારાઓને હવે ખાતરી થઈ ગઈ કે આ બંનેના તકલાદી સંબંધની ગર્ભનાળ સમી દીકરી જ જતી રહી, તો હવે બંને ઝાઝું ખેંચી નહીં શકે. બે વર્ષના લવ-મૅરેજને ત્રણ દિવસની દીકરીની ચિરવિદાય ભરખી જ જવાની એવું માનનારાંઓ માત્ર સમયની પ્રતીક્ષા કરી રહ્યાં હતાં. દિનેશ-હસ્મિતાની માનસિક સ્થિતિ આ ભયંકર કટોકટી સમજવા જેવી નહોતી.

13

હવે દિનેશ અને હસ્મિતા આદિપુરના પોતાના ઘરમાં રહેવા માંડ્યાં. ભાડાનું પણ પોતાનું ઘર. ખરેખર એ ઘર હતું કે સિમેન્ટ-કોંક્રિટનું માળખું હતું? બંને સાથે હતાં છતાં નહોતાં, આખી દુનિયાથી નહીં, એકમેકથી દૂર હતાં, મનના અંધારિયા કિલ્લામાં કેદ હતાં. શ્વાસ ચાલતો હતો, પણ જીવતાં નહોતાં. મશીનની જેમ બધું થતું યંત્રવત્ – ખાવું, પીવું, ઊંઘવું, જાગવું ને હસવું? ના-ના, રડવાનું ચાલુ હતું, એકમેકથી છુપાવીને.

બંને ભયંકર હતાશાના અડાબીડ જંગલમાં ભટકતાં હતાં. ત્રણ દિવસ માટે બંને વચ્ચે આવેલી બાળકીની ઍક્ઝિટથી દિનેશ-હસ્મિતા વચ્ચેની સંવેદના હણાઈ ગઈ હતી, બુઠ્ઠી થઈ ગઈ હતી. પ્રેમ-લાગણી બરડ થઈ ગયાં હતાં. તૂટતાં નહોતાં, પણ ખૂંચતાં હતાં, વાગતાં હતાં ને માંહ્યલાને લોહીલુહાણ કરતાં હતાં. સતત પ્રેમ અને વિશ્વાસનું એવું બાષ્પીભવન થઈ ગયું કે એ હોવાના રજકણના અંશ શોધ્યા ન મળે.

દિનેશ મૌનની તોતિંગ ભીંતને તોડવા મથામણ કરતો ત્યારે હસ્મિતાની આંખમાંથી નીકળતા અણિયાળા સવાલોનો સામનો કરવો મુશ્કેલ બની જતો. એકનો એક સવાલ ક્યારેક તીર, ક્યારેક તલવાર અને ક્યારેક ભાલો બનીને વીંઝાતો : તમે એક વાર મારી દીકરીને મને જોવા ન દીધી – એક વાર પણ નહીં! બોલો, દિનેશ, બોલો! અને એ કંઈ બોલી નહોતો શકતો. તડફડાટ સાથે મૌનની બખોલમાં એ સરકી જતો ચૂપચાપ.

મકાનની અંદર બે જણ હતાં – ના, ત્રણ – દિનેશ, હસ્મિતા અને બંનેની વહાલસોઈ પરી. એ માસૂમ તો બધી લાગણી, આશા અને સંબંધના બંધનથી મુક્ત થઈ ચૂકી હતી, પણ બાકીનાં બંને એના ન હોવાથી મુશ્કેટાટ

બંધાયેલાં હતાં. બાળક – પહેલા બાળકનો રોમાંચ, જીવનને જીવંત બનાવવું, એમાંય આવી કટોકટીસભર સ્થિતિમાં આગમન અને વિદાય... એકદમ અસહ્ય કુઠારાઘાત હતો.

દિનેશ દવા લેતો હતો. ડ્રેસિંગ કરાવતો હતો, પણ બ્લેમ-ગેમ અને હતાશા સાથે. બેડ-સોર વધુ કથળતો જતો હતો. આ વિપરીત સંજોગોમાં દિનેશના મનમાં એક સમયનો છૂપો ડર હવે પોલાદી હકીકતમાં ફેરવાઈ રહ્યો હતો : હવે હસ્મિતા મારી સાથે ખુશ નહીં રહી શકે!

આ જ મતલબની લાગણી હસ્મિતા પર ચોમેરથી જોર કરવા માંડી હતી : હવે હસ્મિતાએ દિનેશ સાથે ન રહેવું જોઈએ. શુભેચ્છકોને એના ભવિષ્યની ચિંતા હોય એટલે એમના આમ વિચારવામાં કંઈ ખોટું નહોતું. આવા ખ્યાલો સતત દિનેશનાં મન-મગજમાં ઘુમરાયા કરતા હતા. પોતે હસ્મિતા વગર નહીં રહી શકે, પણ શું પોતાની જરૂરિયાત, સ્વાર્થ માટે હસ્મિતાનું જીવન બરબાદ કરવાનું? આને પ્રેમ ન કહેવાય, મક્કારી કહેવાય મક્કારી! દિનેશ માટે પાછળ આગ ને આગળ ખીણ જેવી વિકટ પસંદગી હતી. હસ્મિતાને દુઃખી નહોતી કરવી અને એના વગર રહેવાની કલ્પનાય નહોતી થતી. હસ્મિતાનાં સુખ અને ઉજ્જ્વળ ભવિષ્ય માટે એને પિયર પાછી મોકલી શકાય, પણ... પણ એના વગર મારે રહેવું કેમ? જીવવું કેમ?

સવાલો, સવાલો, સવાલો. આ પ્રશ્નાર્થ ફાંસીના ગાળિયાની જેમ મારા અસ્તિત્વ પર લોલકની જેમ આંટાફેરા કરે છે એવું દિનેશને લાગતું હતું અને હસ્મિતાને પણ.

સગાં, સંબંધી અને ઓળખીતાઓનો મત મક્કમ થઈ રહ્યો હતો કે હવે દિનેશના કેસમાં કંઈ ન થઈ શકે. એના સાજા થવાનું અશક્ય છે. એ હલનચલન જ ન કરી શકે તો વેપાર કેવી રીતે સંભાળી શકવાનો? અને ભાગીદાર થોડા કંઈ એને એમ ને એમ નફો આપતા રહેવાના?

બે વાત પથ્થરની લકીર બની હતી. એક, દિનેશના તાજા, નૉર્મલ થવાના, હરવાફરવાના અને કામકાજ કરવાના ચાન્સ નથી. હવે બીજી વાત, હસ્મિતાએ દિનેશને છોડી દેવો જોઈએ. એ છોકરી ઘણી નાની છે અને જીવન હજુ ઘણું લાંબું બાકી છે. મહેરબાની ઉપરવાળાની કે સંતાન નથી, એટલે વહેલામોડા સારો મુરતિયો જોઈને નવેસર જીવન શરૂ કરવું જોઈએ.

આમાંથી થોડી વાતો દિનેશના કાન સુધી આવતી ને વધુ વિચારો મગજમાં આવતા હતા. એક દિવસ હૈયા પર પથ્થર મૂકીને દિનેશે નક્કી કર્યું કે હવે હસ્મિતા સાથે સાફ વાત કરી લેવી જોઈએ, પરંતુ એને એમ થતું કે આમ કરીને પોતે જ પોતાને ઊંડી ખીણમાં ધકેલી દેતો હતો, પણ ક્યાં છે કોઈ વિકલ્પ? જો મારો પ્રેમ સાચો હોય તો હસ્મિતાને જવા દેવી જોઈએ, પછી ભલે મારું જે થવું હોય તે થાય.

દિનેશે હસ્મિતાને બોલાવી. હસ્મિતાને થયું કે ડ્રેસિંગ કરવા, પાણી પીવા, બાથરૂમ જવા કે પડખું ફેરવવા બોલાવતો હશે. હાથ પરનું કામ પતાવીને એ ગઈ. ત્યાં સુધીમાં દિનેશને વિચાર આવી ગયો કે જોયું, મારા બોલાવવા છતાં એ તરત આવતી નથી અને મારાથી બરાબરની કંટાળી છે! એટલે અમારું છૂટાં પડવાનું વહેલું-મોડું નિશ્ચિત છે. જે નક્કી છે એમાં વિલંબ શા માટે કરવો?

હસ્મિતા પાંચેક મિનિટમાં નૅપ્કિનથી હાથ લૂછતી આવી સામે ઊભી રહી, એમ માનીને કે હમણાં દિનેશ કંઈ કામ ચીંધશે. દિનેશ એની સામે જોઈ રહ્યો, 'બેસ મારી સામે.'

'કંઈ કામ હોય તો બોલો, હું કિચનમાં બીઝી છું.'

'એ બધું પછી. મારી વાત ધ્યાનથી સાંભળ.' હસ્મિતા એને જોઈ રહી. શું બોલવું એ નક્કી હતું, પણ દિનેશને જીભ પર ભાર લાગવા માંડ્યો, છતાં તેણે મહાપરાણે શરૂઆત કરી, 'દેખ, મારી સાથે તારી કોઈ લાઇફ નથી. હું તને ખુશ નહીં રાખી શકું.'

આટલું બોલીને દિનેશે હસ્મિતા સામે જોયું. એના ચહેરા પર કોઈ જાતના ભાવ નહોતા.

14

દિનેશને નવાઈ લાગી, પછી થયું કે આને મારી સ્થિતિ, મારી કબૂલાત, મારી નિખાલસતાથી કંઈ ફરક પડતો નથી! વાંધો નહીં, હવે ક્યાં તેણે મારી સાથે લાંબું રહેવું છે? તેણે વાત આગળ વધારી, 'મારા સારા થવાની કોઈ ગૅરન્ટી નથી. લગભગ કોઈ ચાન્સ નથી એમ કહી શકાય. હું ક્યારે વેપાર કરી શકીશ એ જાણતો નથી. બિઝનેસ કેવી રીતે અને ક્યારથી સંભાળી શકીશ એનો કોઈ અંદાજ નથી મને. આપણું ગુજરાન કેવી રીતે ચલાવી શકીશ એ મોટી સમસ્યા છે. એમાં મારી ખર્ચાળ ટ્રીટમૅન્ટ કરાવતા રહેવાનું. મારી સાથે તારી લાઇફ નથી, સુખ નથી, સંતોષ નથી. તારે હવે મારાથી અલગ થઈ જવું જોઈએ. પ્લીઝ, આટલું માન મારું!'

હસ્મિતા ઊભી થઈ ગઈ. હજી ચહેરા પર કોઈ ભાવ નહોતા. પીઠ વાળીને બે ડગલાં ચાલી અને પાછી ફરીને દિનેશ પાસે આવી. 'એક વાત સાંભળી લે! મારે જે કહેવાનું છે એમાં મીનમેખ નહીં થાય. હું તારી સાથે જ રહીશ. પરિસ્થિતિ ગમે તેટલી બદલાય કે બગડે, હું તારી જોડે ને જોડે હોઈશ. આવું બોલતાં પહેલાં વિચાર્યું કે મને આવો ઍક્સિડન્ટ થયો હોત તો તું મને છોડી ગયો હોત? બોલ, જવાબ આપ મને, દિનેશ! બોલ તો ખરો કંઈક...!'

દિનેશ એની સામે જ જોઈ રહ્યો. શબ્દો મોઢામાંથી નીકળવાને બદલે આંખમાંથી પ્રવાહીરૂપે વહેવા માંડ્યા. હસ્મિતાએ એના હાથ પકડી લીધા, 'હવે આપણે કાયમ માટે સાથે રહેવાના. સાથે મળીને લડી લઈશું સંજોગો સામે!'

હસ્મિતાના મનની વાત સાંભળીને દિનેશનાં રોમેરોમમાં ખુશી છવાઈ

ગઈ – એવી ઊભરાઈ કે સુપરમૅનની જેમ ઊડવા માંડે! પણ કલ્પનાની દુનિયામાંથી ઝડપભેર વાસ્તવની ભૂમિ પર આવી ગયાં બંને. હવે લડત માટેનો વ્યૂહ વિચારવા મંડ્યો દિનેશ. આર્થિક સ્થિતિ જાણતો હતો એ પોતાની, પરંતુ વ્હીલચૅર લેવા સિવાય છૂટકો નહોતો. ખૂબ લાંબા સમયે તેણે કોઈ ચીજની કિંમત જાણી, સરખાવી, પછી પ્રમાણમાં એકદમ સાદી એવી પહેલી વ્હીલચૅર ખરીદી રૂપિયા ત્રણ હજારમાં.

હસ્મિતાના બિનશરતી અને કાયમ સધિયારાથી દિનેશ એકદમ હકારાત્મક અને પરિણામલક્ષી બની ગયો. ભવિષ્યનું વિચારવાનું શરૂ કરી દીધું. એને થયું કે સૌથી પહેલાં તો ગાંધીધામમાં રહેવા જતાં રહેવું જોઈએ. આનાથી ઑફિસ નજીક પડે, સાથોસાથ પોતાની માલિકીનું ઘર હોય તો ભવિષ્યની એક ચિંતા મટી જાય. મનમાં ઊંડે ઊંડે એવુંય ખરું કે મને કંઈ થઈ ગયું તો હસ્મિતાના માથા પર પોતીકી છત તો હોવી જોઈએ ને?

ઘર-ઑફિસ નજીક હોવાના બીજા ઘણા ફાયદા વિચાર્યા દિનેશે. ડ્રાઇવર મને આસાનીથી અને ઝડપભેર ઘરેથી ઑફિસ અને ઑફિસેથી ઘરે લઈ જઈ શકે. પરિવારજનોએ નિર્ણય સાંભળ્યો. દિનેશના પક્ષે બધાં એકદમ ખુશખુશાલ થઈ ગયાં. મામાની મદદથી ગાંધીધામમાં ઘરની શોધખોળ શરૂ થઈ ગઈ. સારા એવા એકાંતમાં એક મકાન મળી ગયું. આસપાસ વસ્તી ઓછી હતી, પણ મકાન મોટું હોવાથી દિનેશની આંખ ઠરી. એને પણ મકાન તો ગમી ગયું, પણ આજ સુધી નહોતો પોતાનું ઘર લેવાનો વિચાર કર્યો કે નહોતી એ માટેની કોઈ બચત. આ મામલામાં મામાએ સારો સપોર્ટ કર્યો. પોતાની કંપનીમાંથી ભાગીદાર તરીકે મોટી રકમ લોન તરીકે મળી. એના પછી જે થોડોઘણો તૂટો પડ્યો એ ફરી મામાએ પૂરો કર્યો.

સને ૨૦૦૬ની ધનતેરસના સપરમા દિવસે દિનેશ અને હસ્મિતાએ પોતાના નવા ઘરમાં પ્રવેશ કર્યો. જીવન ઠેકાણે પડી રહ્યું હતું. લાઇફ હવે રેગ્યુલર થવા માંડ્યું હતું. દિનેશે રોજેરોજ ઑફિસ જવાનું શરૂ કરી દીધું. ઘરેથી ડ્રાઇવર ઊંચકીને ગાડીમાં બેસાડે. ડેકીમાં વ્હીલચૅર મૂકે. ઑફિસે પહોંચ્યા બાદ ડ્રાઇવર કે ઑફિસના કર્મચારી પ્રેમપૂર્વક ઊંચકીને પહેલા માળે લઈ જાય. શરીર અને સહનશક્તિ સાથે એટલા કલાકો એ ઑફિસમાં બેસે. પોતે વધુ સમય આવી શકતો નહોતો એ જાણતો હતો,

પરંતુ ભાગીદાર ખૂબ પ્રેમાળ અને પૂરેપૂરો સપોર્ટ આપે.

થોડા દિવસ પછી ડૉ. ભરત દવે પાસે જવાનું થયું. ઑપરેશન પછીના રૂટિન ચેકઅપ માટે. તેમની જ હૉસ્પિટલમાં અમદાવાદના જાણીતા ઑર્થોપેડિક ડૉક્ટરની ટીમે પગનું માપ લીધું. ડૉ. દવેએ સલાહ આપી કે આ લોકો કેલિપર બનાવી આપશે, જેનાથી થોડું હલનચલન શક્ય અને આસાન બનશે. અને આ કેલિપર આવી ગયાં એની સાથોસાથ ફિઝિયોથૅરપી અને વૉકિંગ શરૂ થઈ ગયું. થોડો સમય ઊભા રહેવાની પ્રૅક્ટિસ થવા માંડી.

આખા દિવસ માટે રાખેલા કેર-ટેકર બાબુભાઈ સવારે સાડાનવ વાગ્યામાં આવી જાય. તેઓ કસરત કરાવે, નહાવામાં મદદ કરે, બાથરૂમમાં લઈ જાય. કેર-ટેકર લેવા-મૂકવામાં સહાયરૂપ થાય, પછી ઑફિસે આવે અને ઑફિસેથી પાછો આવે. ઑફિસ પહેલે માળે, એટલે ક્યારેક સ્ટાફ લેવા માટે નીચે આવે કે ભાગીદાર પણ આવી જાય. ઑફિસમાં પહેલે માળે ચડાવવા કે નીચે ઉતારવામાં આખી ઑફિસ હસતે મોઢે દિનેશની સાથે ને સાથે હોય.

જો કે શરૂઆતમાં આ રીતે કોઈ પોતાને ઊંચકીને લઈ જાય એની દિનેશને ખૂબ શરમ આવે : મને આ રીતે જોઈને લોકો શું વિચારતા હશે? પછી દિનેશે મન મક્કમ કર્યું કે મારે લોકોનું શું કામ વિચારવું? મારે શું કરવું છે, માત્ર એના પર જ ફોકસ કરવું જોઈએ. આ જોશમાં દિનેશની અંદર એક પૉઝિટિવિટીનો પિંડ આકાર લઈ રહ્યો હતો. આ પિંડ કેવી કેવી મુસાફરી કરાવવાનો હતો એની જરાય જાણ, કલ્પના કે ખ્યાલ નહોતાં દિનેશને કે હસ્મિતાને.

15

...અને નવાં કેલિપર આવી ગયાં. દિનેશ જોઈ જ રહ્યો. આને સહારે હવે જીવનભર ચાલવું પડશે? પણ ચાલી શકાશે ખરું ક્યારેય? પહેલીવાર કેલિપર પહેર્યાં. હસ્મિતાની મદદથી માંડ માંડ તેણે બે ડગલાં ભર્યાં ને આંખમાં આંસુ આવી ગયાં. સાથોસાથ મમ્મીની યાદ આવી ગઈ. હું પહેલોવહેલો ડગમગ ચાલ્યો હોઈશ ત્યારે મમ્મી પણ આટલી જ ખુશ થઈ હશે ને? આમ જ હરખનાં આંસુ આવી ગયાં હશે એની આંખમાં. એ ખુરશીમાં બેસી પડ્યો અને એની નજર મમ્મીના ફોટા પર ગઈ. એ અતીતમાં સરી પડ્યો...

(ફ્લેશબેક)

દિનેશનો જન્મ ૧૯૭૪ની ૧૪મી જૂને. મમ્મી ભારતીનું પિયર આદિપુર, કચ્છમાં. ભારતીબહેન અને મુરલીધરભાઈનું પહેલું સંતાન એટલે વહાલ મળે ધોધમાર. દિનેશ પછી જિતેન્દ્ર અને સૌથી નાનો જિજ્ઞેશ. મૂળ વતન અમદાવાદનું સાબરમતી. મુરલીધર પોતાના ચાર ભાઈ સાથે મળીને અમદાવાદના કાલુપુર વિસ્તારમાં કાપડની હોલસેલની દુકાન ચલાવે. આ બધી દિનેશે સાંભળેલી વાતો. પિતા ખૂબ ભોળા. ધંધા કે વ્યવહારમાં ઝાઝો રસ કે સમજ નહીં. કુટુંબ કે બાળકોની દેખરેખમાંય બહુ દિલચસ્પી નહીં આ ઓલિયા માણસને.

પાંચેક વરસનો દિનેશ આદિપુરમાં નાનીને ઘરે હતો ત્યારે એક ટેલિગ્રામ-બૉમ્બ ફૂટ્યો ને બધું ખતમ થઈ ગયું. કાયમ માટે મમ્મી ભારતીબહેન હવે દુનિયામાં રહ્યાં નથી. નાની અને મામા એકદમ હચમચી ગયાં.

મોટો ભાણિયો દિનેશ પાંચ વર્ષનો, જિતેન્દ્ર ત્રણ વર્ષનો અને જિજ્ઞેશ માંડ એક વરસનો. ત્રણ-ત્રણ દીકરાને નોંધારા મૂકીને જવાની હિંમત કરનારી જનની પર શું વીતતી હશે? કેવા દુઃખના પહાડ તૂટી પડ્યા હશે? આ બધું સમજવા માટે એ બહુ નાનો હતો. એના બાળમાનસમાં મમ્મીની ગેરહાજરીએ એક ખાલીપો સર્જી દીધો કાયમ માટે. ઉંમર વધવા સાથે આવતી સમજણ સવાલ જરૂર કરતી કે ચોક્કસ સંજોગો ખૂબ જ બદતર હશે, અસહ્ય હશે, નહીંતર કંઈ મમ્મી આવું પગલું ભરે? પણ જો થોડી હિંમત કરી હોત તો આજે અમારી સાથે હોત. મમ્મી! મમ્મી! મમ્મી!

આછાં-પાતળાં સંભારણાં રહી ગયાં મમ્મીનાં. તેમણે આપેલા પ્રેમની મહામૂલી મૂડીથી જીવન વિતાવવાનું હતું. હવે એ હોત તો માતૃપ્રેમનો કેવા અણમોલ ખજાનાનો માલિક હોત! પોતાને આવી કલ્પના કરવી ગમતી, પણ એ ઉદાસ ખૂબ કરી મૂકતી હતી. હવે મમ્મી વગર થશે શું અમારું?

એ સવાલનો જવાબ વડીલોએ પોતાની રીતે શોધી લીધો. નાની અને મામાએ નિર્ણય લઈ લીધો કે દિનેશ હવેથી આદિપુર જ રહેશે. એટલું જ નહીં, એક વર્ષના જિજ્ઞેશને પણ આદિપુર બોલાવી લીધો. નમાયા છોકરાવને ઘર મળી ગયું, હૂંફ મળી ગઈ અને સવાયો પ્રેમ મેળવવાની વ્યવસ્થા ઉપરવાળાએ કરી આપી.

દિનેશના નાના છગનલાલ હરાણી વાપીની પોસ્ટઑફિસમાં પોસ્ટમાસ્તર, પરંતુ એમની ગેરહાજરીમાં ત્રણ-ત્રણ મામા દિનેશ અને જિજ્ઞેશને સાચવે : રવિ, દિલીપ અને રાજેશમામા. ત્રણેય હજી નાના. નાના એટલે કે કૉલેજમાં ભણે. નાની એકદમ કડેધડે. પગ વાળીને બેસવું જરાય ન ગમે. ઘરનું ગુજરાન ચલાવવા ઘરમાં ત્રણ ગાય રાખી હતી. નાની સવારે ચાર વાગ્યે ઊઠીને ગાયને દોહવા માંડે. એ દૂધ વેચવાનું, વધેલું દૂધ મેળવવાનું, એમાંથી છાશ અને માખણ કાઢીને ઘી બનાવવું. આખો દિવસ કામ ને કામ. થોડા સમયમાં મોટા મામાએ કોઈક જૉબ શરૂ કરી દીધી.

મોસાળની મમતા માણવા મામાને લઈ વચ્ચે દિનેશે આદિપુરના ગુજરાત વિદ્યાલયમાં ભણવાનું શરૂ કર્યું, પણ મમ્મીનો અહાંગરો હોય કે મનોમન હિજરાતો હોય, ભણવામાં મન જ ન લાગે. સ્કૂલનો આ નબળો વિદ્યાર્થી રોજ રાતે મમ્મીને યાદ કરીને ઓશીકું ભીંજવી નાખે. નાના-નાની કે મામાની

સારસંભાળ કે પ્રેમમાં તસુભાર ખોટ નહીં, પણ મા એ મા! નાનકડી પીડા કે ઈજા સાથે મોઢામાંથી એક જ શબ્દ નીકળી પડે : મમ્મી!

બાકીના બંને ભાઈ સાવ નાના. તેમને શરૂઆતમાં મમ્મીની ગેરહાજરી ન સમજાઈ, પરંતુ થોડી ઉંમર વધવા સાથે નાનકડા જિજ્ઞેશને માની ઊણપ ખૂબ સાલવા માંડી. જો કે હવે સૌથી નાનો એટલે બધાને બહુ વહાલો. સૌનો પ્રેમ એના જ ભાગે આવે. એક વર્ષના મા વગરના દીકરાને સાચવવો એ ખાવાના ખેલ નથી, પણ એ કપરી કસોટીમાં નાની પાર ઊતરતાં હતાં.

દિનેશ ઘરે દૂધ લેવા આવતા ગ્રાહકોને જોઈ રહે. અમુકને ઘરે નાની કે મામા દૂધ પહોંચાડે. ક્યારેક દિનેશ પણ સાથે જાય. દિનેશ કરે બધું, પણ સતત મમ્મીના વિચારો આવે. એકવાર મમ્મી સાથે નાનાને મળવા વાપી ગયાનું આછું આછું સાંભરે. એકાદ વખત મમ્મી અને એમની બહેનપણી સાથે અંજારમાં થિયેટરમાં કોઈક ગુજરાતી ફિલ્મ જોવા ગયો હતો. આ એનાં લાખેણાં સંભારણાં જેવી મૂડી પર જીવન વિતાવવાનું હતું.

દિનેશથી નાનો જિતેન્દ્ર બધાં માટે જીતુ. એ સાબરમતીમાં દાદી અને પપ્પા સાથે રહે. પડી જવાથી માથામાં થયેલી ઈજા કે જન્મજાત તકલીફને લીધે એ થોડો ઢીલો. કોઈક વૅકેશનમાં એની સાથે રહેવા મળે. દિનેશને ક્યારેક વૅકેશનમાં પપ્પા કે કાકા અમદાવાદ લઈ જતા, પરંતુ જિજ્ઞેશ લગભગ આદિપુરમાં જ રહે.

નાનપણથી માતાની ગેરહાજરી અને પિતાના ભોળપણને લીધે દિનેશને જીવન ખૂબ કપરું, સંઘર્ષમય લાગતું. આમાં નાના-નાની જ જીવતરનો આધાર. છઠ્ઠા ધોરણમાં દિવાળીની રજામાં દિનેશ ફરવા માટે સાબરમતી ગયો, તો પપ્પા, દાદી અને કાકાએ આગ્રહ કરીને ત્યાં જ રાખી લીધો. અધવચ્ચે સારી સ્કૂલમાં ઍડમિશન ક્યાંથી મળે? એથી સરકારી શાળામાં છઠ્ઠુ અને સાતમુ ધોરણ ભણ્યો. હવે સાબરમતીની બેસ્ટ સ્કૂલ ગણાતી નગીનદાસ મગનલાલ હાઈસ્કૂલમાં ઍડમિશન લેવાનું નક્કી કર્યું, પણ એ ક્યાં શક્ય હતું?

16

માણસની ઇચ્છા-મહેચ્છા હોય, સ્વજનોનાં સપનાં હોય, પણ આ બધા સામે વાસ્તવિકતા અને શક્યતા ભાલા લઈને ઊભી રહી જાય. દિનેશ માટે સાબરમતીની બેસ્ટ સ્કૂલ નગીનદાસ મગનલાલ હાઈસ્કૂલમાં ઍડમિશન લેવું હતું, પણ ઍડમિશનને લાયક રિઝલ્ટ ક્યાં હતું? ભણવામાં દિનેશ સાવ સાધારણ, કહો કે નબળો હતો, પરંતુ કાકાના બધા છોકરા આ સ્કૂલમાં જાય તો દિનેશ કેમ નહીં એવું સૌ માને. પાછો આ તો મા વગરનો દીકરો એટલે સૌને વિશેષ વહાલો. મોટા રમેશકાકાએ ન જાણે શું જાદુ કર્યું કે દિનેશને પોતાના કઝિનવાળી બેસ્ટ સ્કૂલમાં ઍડમિશન મળી ગયું.

પરંતુ બેસ્ટ સ્કૂલથી ભણતર સુધરી જાય એવો ક્યાં વણલખ્યો નિયમ છે? સાબરમતીમાં દિનેશ રહે એ મકાનનું નામ ‘દેવભુવન’. આ ‘દેવભુવન’માં સંયુક્ત પરિવાર વસે. સ્કૂલ સારી અને કાકાના છોકરાઓની સંગત, સાથોસાથ બે કઝિન તો દિનેશ સાથે. ભણવા માટે સારું વાતાવરણ મળતાં દિનેશમાં શિક્ષણ માટે રુચિ જાગવા માંડી. આઠમા ધોરણમાં તો પાસ થઈ ગયો. દક્ષા અને અલકા સાથે હોવાથી ભણવામાં ઘણી મદદ મળી રહે. રાતે ત્રણેય સાબરમતીમાં આવેલા કૃષ્ણા ક્લાસીસમાં જાય. વહેલા ઊઠીનેય ભણવા બેસી જવાનું. કદાચ દિનેશનો ભણવા પ્રત્યેનો અભિગમ ઘડાઈ રહ્યો હતો, બદલાઈ રહ્યો હતો.

હવે ઘરની સાથે સ્કૂલમાંય મિત્રો મળવા માંડ્યા, ઓળખવા લાગ્યા. પ્રફુલ્લ, મનીષ અને પરેશ સાથે દોસ્તી જામવા માંડી. આમાંય પ્રફુલ્લ તો દૂરના સગામાં. ભાઈ મનીષ અને પરેશ સારા મિત્રો બની ગયા. દિનેશને જાણીને આઘાત લાગ્યો કે પરેશના હૃદયના વાલ્વમાં પ્રૉબ્લેમ હતો અને એ

બદલવો પડ્યો હતો. એ સમયે કોઈ ક્યાં જાણતું હતું કે પરેશનો સાથ બહુ લાંબા સમય માટે નથી? જીવનના રંગમંચ પર કેટકેટલાં પાત્રો આવે-જાય. કોઈક ફરી પાછા પણ મળે. કોઈક ક્યારેય ન મળે એ રીતે જતાં રહે. કોઈકના રંગ બદલાઈ જાય. ઉપરવાળા જેવો નાટ્ય-લેખક બીજો કોઈ નથી.

એક તરફ દિનેશની ભણવામાં રુચિ વધવા સાથે સામાન્યપણે ઉમદા શૈક્ષણિક કારકિર્દીનાં એંધાણ વર્તાય, પણ ઉપરવાળાના જીવન-નાટકમાં ટ્વિસ્ટ એવા આવે કે ભલભલા જોતાં રહી જાય! દિનેશને ભણવાની સાથે ઇલેક્ટ્રિક કામમાં રસ પડે. વૅકેશનમાં મામાને ઘેર જાય ત્યારે ઇલેક્ટ્રિકનું પ્રૅક્ટિકલ કામ શીખવા મળે. આને લીધે આગળ જઈને ઇલેક્ટ્રિકલ કે મિકેનિકલ એન્જિનિયર બનવાનાં સપનાંની કૂંપળ વધવા માંડી, મજબૂત થવા માંડી. દિનેશની કામકાજની પસંદગી અને શૈક્ષણિક પ્રવાસ વચ્ચે વાસ્તવિકતા અને સંજોગો હતાં, જે કંઈક બધું છિન્નભિન્ન કરી શકે એમ હતાં. એ સમયે નવમુ પાસ કર્યા બાદ એન્જિનિયર બનવાની દિશામાં આગળ વધવા માટે દસમા ધોરણમાં વિજ્ઞાન લેવાનું ફરજિયાત, પરંતુ એ માપદંડે દિનેશ હજી ભણતરમાં કાચો. ક્લાસ-ટીચરે સાયન્સને બદલે કૉમર્સ લઈને કરિયર બનાવવાનો આગ્રહ કર્યો. એમની રીતે એ કદાચ સાચા હતા. મનોમન નક્કી કરી લીધું હતું, એટલે દિનેશ સાયન્સ લઈને જ જંપ્યો. ભણતરનો પાયો થોડો નબળો, એમાં લીધું સાયન્સ અને અગિયારમા-બારમા ધોરણમાંય એ જ માર્ગ પર અટલ રહેવાની દૃઢતા.

દિનેશ વધુ મહેનત કરવા મંડ્યો. મોટાં કાકી રાતે ભણી શકે એ માટે ચા બનાવી આપે. નાસ્તામાં વઘારેલ મમરા. સવારે ચાર-પાંચ વાગ્યામાં વાંચવા માટે જગાડી દે. બધા મહેનત કરતા હતા, દિનેશ પણ, પરંતુ ધાર્યો સુધારો દેખાતો નહોતો.

જરૂર હતી અને ઇચ્છાય કે પર્સનલ ટ્યૂશન મળી જાય તો સારું, પણ એ શક્ય ન બન્યું. હા, કૃષ્ણા ક્લાસીસવાળા કિરીટસર સાથે સારો ઘરોબો. એ ખૂબ મહેનત કરાવે. રવિવારે તો સવારે છ વાગ્યામાં સ્પેશ્યલ ક્લાસ રાખે. કઝિન અલકા અને દક્ષા ક્લાસમાં પણ સાથે. કિરીટસરની સ્ટાઇલ એકદમ અલગ. કલ્પી ન શકાય એવી. જો દિનેશે લેસન ન કર્યું હોય તો અલકા-દક્ષાને સોટી પડે. એ બંનેએ ભૂલચૂક કરી હોય તો દિનેશનું

આવી બને. આનાથી ભાઈ-બહેનનો એકમેક માટેનો પ્રેમ – દરકાર કેવાં વધે! કિરીટસરની ઘણી વાત ક્યારેય ન ભુલાય. જો કોઈ છોકરાને શર્ટના કૉલરનો ખૂણો મોઢામાં ચાવવાની આદત હોય તો સર પોતાનો કૉલર ચાવવા માંડે! આથી છોભીલો પડીને એ છોકરો કૉલર ચાવવાનું મૂકી દે. બાળકોની ખોટી-ખરાબ આદત ભુલાવતા – છોડાવતા એમના કીમિયા બેજોડ હતા.

દિનેશની એન. એમ. હાઈસ્કૂલમાં માત્ર છોકરાઓ. એટલે તે કુમારશાળા તરીકેય ઓળખાય. અહીંના શિક્ષકો ખૂબ સારા. હકીકતમાં દિનેશના ભણતરમાં સુધારો હતો, પણ જરૂરત જેટલો નહીં. ઘરનાંને કે સ્કૂલના શિક્ષકોને વિશ્વાસ નહીં કે દિનેશ ટેન્થ સાયન્સમાં પાસ થશે. આવી માન્યતા વચ્ચેય દિનેશ પોતાનાથી બનતી મહેનત કરવામાં પાછો પડતો નહોતો. તેની અંદર એક ઝનૂન ઉછાળા મારી રહ્યું હતું કે હું પાસ થઈને બતાવી દઉં!

દસમાની પરીક્ષા આવી, પણ દિનેશ રિઝલ્ટ લેવા ન ગયો. ઊંડે ઊંડે ફફડાટ કે પાસ નહીં થાઉં. ફૅમિલીમાંથી કોઈક ગયું રિઝલ્ટ લેવા અને દિનેશ પાસ થઈ ગયો ૫૬ ટકા માર્ક્સ સાથે! દિનેશની ઇચ્છા કે આગળ વધવાની જરૂરત માટે આ માર્ક્સ ઓછા હતા. જો કે દિનેશ પાસ પણ નહીં થાય એવું માનનારાઓ માટે આ રિઝલ્ટ સુખદ હતું, બહુ સારું હતું.

ફરી એકવાર ત્રિભેટે આવીને ઊભો રહ્યો. કરવું શું આગળ – સાયન્સ, કૉમર્સ કે બીજું કંઈ? દિનેશ મક્કમ હતો કે અગિયારમા ધોરણમાંય સાયન્સમાં જ આગળ વધવું. ફૉર્મ ભરવા ગયો ત્યારે ટીચર્સ જ નહીં, સ્કૂલના પ્રિન્સિપાલ પણ આ નિર્ણયના વિરોધમાં. ઘરે પણ એવો જ માહોલ. સ્કૂલના પ્રિન્સિપાલના દબાણ સામે ગમે તેવો છોકરો નમી જાય, માની જાય, પણ દિનેશ અડગ રહ્યો. ખૂબ વધારે મહેનત કરતો રહ્યો. અગિયારમા ધોરણનું રિઝલ્ટ પણ સારું ન આવ્યું. રાહ વધુ મુશ્કેલ બની ગઈ, તો હવે કરવું શું?

17

દિનેશ અગિયારમા ધોરણમાં પાસ થયો, પણ પરિણામ પ્રોત્સાહક નહોતું. હવે સાયન્સ છોડી દેવું જોઈએ એવું ઘણા વધુ જોશભેર સમજાવવા માંડ્યા, પણ દિનેશે કર્યું એકદમ ઊલટું. વૅકેશનમાં જ તેણે બારમા ધોરણનું વાંચવાનું શરૂ કરી દીધું. બારમા ધોરણમાં ઘરવાળાં અને સ્કૂલવાળાંનું ખૂબ દબાણ રહ્યું વિજ્ઞાનપ્રવાહ છોડી દેવા માટે. ઘરેથી સ્પષ્ટ શબ્દોમાં કહેવાયું કે સાયન્સ છોડી દે. હવે તેનું પર્સનલ ટ્યૂશન નહીં મળી શકે. હકીકતમાં ટ્યૂશનની ખૂબ જરૂર હતી, પણ કરવું શું? તે સમજતો હતો કે પર્સનલ ટ્યૂશન ખૂબ મોંઘાં થઈ ગયાં છે.

સપનું હતું, ધગશ હતી ને જીદ હતી એટલે આગળ વધવા સિવાય વિકલ્પ નહોતો. દિનેશે જાતે જ મહેનત કરવાની હતી. ખરેખર એ દિવસ-રાત મચી પડ્યો. તે મનોમન સ્વીકારવાય માંડ્યો કે બાપલા, આપણા માટે આ બારમુ સાયન્સ બહુ અઘરું હો! પણ ડગલું ભર્યું કે ના હટવું! એક તણખલા જેટલી મદદ હતી ખરી, કાં દિનેશ એવું માનતો હતો. એ કાકાના દીકરા વિનોદ સાથે ભણતો હતો. આ વિનોદ બારમુ સાયન્સ કરી ચૂક્યો હતો. બંને એક રૂમમાં ભણે, જે ખાસ શિક્ષણકાર્ય માટે બનાવાયો હતો. દિનેશ અને વિનોદ સાથે ઔર એક દોસ્ત ભણવા બેસે, હિતેશ ચૌરસિયા.

ત્રણે ખૂબ વાંચે આખી રાત! ગમે તેટલા અંધારામાં સાબરમતી રેલવે સ્ટેશને પહોંચી જાય, કારણ કે ત્યાં ૨૪ કલાક ચા મળે. થોડીવાર સ્ટેશને બાંકડે બેસીને ચા સાથે પાપડી ખાય. પાછા ફરીને ખોવાઈ જાય ચોપડામાં.

આખું વરસ મહેનત કર્યા બાદ પરીક્ષા આપી. દિનેશને લાગતું હતું કે એ વરસ, એમાંનું ભણતર અને મહેનત એની કારકિર્દી અને જીવનનો માર્ગ

નક્કી કરી દેશે. સપના ભણી આગળ વધવા માટે ગ્રીન સિગ્નલ મળી જશે.

હકીકતમાં નિયતિની નજર વૅકેશન પર હતી. એ વૅકેશનમાં એવી મહેનત કરવા માંડી કે દિનેશને અણસાર સુધ્ધાં ન આવ્યો. પરીક્ષા પૂરી થઈ કે દિનેશ મામાના ઇલેક્ટ્રિક વર્કશૉપમાં પહોંચી ગયો. કામ શીખવા માંડ્યો, ખાસ તો ઇલેક્ટ્રિકલ અને મિકેનિકલ કામકાજ. મામા ઇન્ડસ્ટ્રીયલ અને શિપિંગનું ઇલેક્ટ્રિકલ વર્ક અને મિકેનિકલ વર્ક કરતા. ત્યાં દિનેશ બે કામ કરતો રહ્યો : અનુભવ મેળવવા સાથે પરિણામની પ્રતીક્ષા.

રિઝલ્ટ આવ્યું, હૃદયમાં ફફડાટ હતો એ સાચો પડ્યો. નાપાસ. દિનેશની આંખમાંથી આંસુ સરી પડ્યાં, લાંબા સમય બાદ. એ આંસુનાં ટીપાં પરિણામ પર પડ્યાં, જેના ડાઘ આજેય મોજૂદ છે. કંઈ સૂઝતું નહોતું : ક્યાં જવું? આગળ શું કરવું? દિનેશ અવઢવમાં હતો કે હવે ઇન્ડસ્ટ્રીયલ ટ્રેનિંગ ઇન્સ્ટિટ્યૂટમાં જઉં કે પાર્ટટાઇમ ડિપ્લોમા કરી લઉં? સદ્‌ભાગ્યે દિનેશે મામાના વર્કશૉપમાં કામ ચાલુ રાખ્યું. મામાએ અલગ જ સલાહ આપી કે પાર્ટટાઇમ ડિપ્લોમામાં ઍડમિશન મળે ત્યાં સુધી બારમા કૉમર્સની તૈયારી કરવી. આમેય દિનેશની ફરીથી બારમુ સાયન્સ કરવાની ઇચ્છા મરી પરવારી હતી. આટઆટલી ધગશ, મહેનત છતાં નાપાસ થયો તો હવે ફરીથી દાઝવું નથી.

મામા સાથે કામકાજ ચાલુ રાખવા સાથે બારમા કૉમર્સથી પરીક્ષાનું અમદાવાદથી ફૉર્મ ભર્યું. પરીક્ષાના બે મહિના અગાઉ સાબરમતી આવીને તૈયારી કરવા મંડ્યો. આ પરીક્ષામાં દિનેશનો એકમાત્ર હેતુ પાસ થવાનો હતો. પરીક્ષા આપી દીધી અને સાથોસાથ મોટો નિર્ણય લઈ લીધો : હવે મારું પોતાનું ઇલેક્ટ્રિકલ કામ કરીશ.

કલવા પરિવારની માલિકીનો એક ફ્લૅટ મહેશ્વરી કૉમ્પ્લેક્સમાં ખાલી પડ્યો હતો. ઘરવાળાની પરવાનગી લઈને આ ફ્લૅટમાં કામકાજ શરૂ કર્યું. હવે દિનેશ સાબરમતીની એક-એક ઇલેક્ટ્રિકલ દુકાનમાં આંટાફેરા કરીને એમની પાસે આવેલાં કામ પોતે મેળવવા લાગ્યો. આમાં પંખો અને મશીનની મોટરનાં સમારકામ મળવા માંડ્યાં. ધીરે ધીરે મિત્રો અને સંબંધીઓમાં વાત ફેલાવા માંડી, એટલે એમનાં કામ ડિરેક્ટ મળવા માંડ્યાં. આમાંથી સિલિંગ ફેન રિવાઇન્ડિંગનું કામ દિનેશ પોતે હાથેથી જ કરતો. દિનેશની સ્પીડ

સારી, પણ તોય એક પંખામાં એકાદ કલાક નીકળી જાય.

નાનો ભાઈ જીતુ ભણવામાં એકદમ ઢીલો. સાતમા ધોરણ બાદ જ છોડી દીધું. તેણે બાપ-દાદાની કાપડની દુકાનમાં જવાનું શરૂ કરી દીધું. જાણે એક પછી એક ભાઈ જીવનના જંગમાં ઊતરી રહ્યા હતા.

દિનેશનું બારમા કૉમર્સનું રિઝલ્ટ આવી ગયું. ૫૬ ટકા સાથે પાસ. એ ખુશ થયો. સાયન્સ છોડીને કૉમર્સ કર્યું હતું. એમાંય માંડ બે મહિના ભણીને પાસ થયો. રિઝલ્ટ એકદમ સારું નહીં, પણ ઠીક ઠીક લાગ્યું. તેણે અમદાવાદના રિલીફ રોડ પર લાલ દરવાજા પાસે આવેલ કૉલેજનાં બી.કૉમ. ફર્સ્ટ યરમાં ઍડમિશન મેળવી લીધું.

હવે ડબલ રોલ શરૂ. ભણવાનું અને કામ કરવાનું. સવારે વહેલા છ વાગ્યે જાગીને દિનેશ પોતાનું કામ શરૂ કરી દે. એક-દોઢ કલાક કામ કર્યા બાદ બસમાં કૉલેજ પહોંચી જાય. ફ્રેન્કલી કૉલેજમાં કે ભણવામાં ઝાઝો રસ નહીં. એનાં મકસદ તો ઇલેક્ટ્રિકલ કે મિકેનિકલ એન્જિનિયર બનવાનાં હતાં. હા, અહીં બે ફ્રેન્ડ બની ગયા રમેશ આસોડિયા અને શૈલેષ.

કૉલેજમાં થોડાં લેક્ચર ભરીને એ પોતાના ઇલેક્ટ્રિકલ કામ માટેનું મટીરિયલ લેવા માટે લાલ દરવાજાથી પગપાળા ગાંધી માર્કેટ પહોંચી જતો. શરૂઆતમાં દિનેશને આ માર્કેટ જોઈને નવાઈ લાગતી. આટલી બધી દુકાનો! અને ઇલેક્ટ્રિકની કોઈ આઇટમ ન મળે એવું ન બને. એવું જ હોય ને? આખા ગુજરાતની સૌથી મોટી ઇલેક્ટ્રિક માર્કેટ અમસ્તી કહેવાય? આખા ગુજરાતના વેપારીઓ ખરીદી કરવા રોજેરોજ ઊતરી આવે. દિનેશની અંદર ઘડાતો એક કારીગર, એક વેપારી અજાણતાં જ થોડુંઘણું જોતો, બહુ બધું શીખતો. અનુભવના જોરે ભાવિની ઇમારતનું ચણતર શરૂ થઈ ગયું હતું.

ખરીદેલો માલ બબ્બે થેલામાં ભરીને, હાથમાં ઉપાડીને દિનેશ ચાલવા માંડે. કાલુપુર પહોંચીને બસ પકડીને સાબરમતી જાય. ત્યાં પોતાની દુકાન, ઑફિસ કે વર્કશૉપ સમાન ફ્લૅટ પર પહોંચીને કામ શરૂ કરી દેતો. મોડી રાત સુધી કામકાજ કરતો રહે, જરાય કંટાળ્યા વગર. હવે જાણે કામ એનો નશો બની ગયું હતું. કામ એને આનંદ આપતું હતું, એના હોવાનો અર્થ આપતું હતું. આ બધી વ્યસ્તતા અને પરસેવા-પાડ પ્રવૃત્તિમાં એ ઘણું ભૂલી રહ્યો હતો.

18

આખા દિવસ અને મોડી રાતની મહેનત બાદ દિનેશ દુકાન વધાવી લે, પણ હજી કામ પર પૂર્ણવિરામ નહોતું મુકાતું. પોતે જે દુકાનો કે સગાંસંબંધીનાં ઘરેથી રિપેરિંગનું કામ લાવ્યો હોય ત્યાં ડિલિવરી આપવા જાય. આમાં ઘણાં સગાં અને ઓળખીતાઓને મળવાનું થાય.

એને ખબર નહોતી કે આ દોડધામમાં ભવિષ્યમાં ઉપયોગી થનારા કેટલા સંબંધ-સેતુ બંધાવાના હતા. એક ફૅમિલી ફ્રેન્ડ માર્કન્ડ જાનીને ઘરે જવાનું થાય. એમનાં બહેન ગીતાબહેન સાથે જ રહે, ત્રણ દીકરીઓ સાથે, પૂર્ણિમા, નિહારિકા અને પલ્લવી ઉર્ફે લાલુ. આ ત્રણેય દિનેશની બહેન બની ગઈ. એમાંય નિહારીકાબહેન સાથે ગાઢ સંબંધ બંધાઈ ગયા. એકબીજાના પ્રૉબ્લેમ શૅર કરે, એકમેકને મદદ કરે અને તેઓ દિનેશને ભાઈ જેવો પ્રેમ કરે. દિનેશ માટે માર્કન્ડકાકાનું ઘર મહત્ત્વનું સ્થાન બની ગયું. આ કાકાના દીકરા દેવદત્ત સાથે મિત્રતાનાં મંડાણ થયાં. એમાંય નિહારિકાબહેન તો ક્યારેક દિનેશ ભીડમાં હોય તો પોતાના ઘરખર્ચ માટેની રકમમાંથી મદદ કરે અને પોતાના કામકાજની ઉઘરાણી આવે એટલે દિનેશ પાછા ચૂકવી દે.

આ નાની નાની લેવડદેવડ વચ્ચે આજીવન ચાલનારા લાગણીના તંતુ મજબૂત થઈ રહ્યા હતા. દેવદત્ત જાની સાથેની મૈત્રી આજીવન રહેવાની હતી અને પોતાની કેવી મોંઘેરી મોલાત બની રહેવાની હતી એની જાણ ક્યાં દિનેશને હતી? જાણે પાછલા જન્મનો ઋણાનુબંધ હોય એમ સમય મળતાં જ દિનેશ જાની પરિવારના ઘરે પહોંચી જાય, ગપ્પાં મારે અને ક્યારેક જમી પણ લે. હવે દેવદત્તને રોજ રાતે મળવાનું થાય, ફરવા જાય અને સુખદુઃખની વાતોની આપ-લે કરે. દેવદત્તના બાળપણના દોસ્ત અજય

લાલવાણી સાથેય મિત્રતા જામી ગઈ. અજયના ઘરે ઇલેક્ટ્રિકલ રિપેરિંગ કરવા જાય અને ત્યાં પણ ફૅમિલી રિલેશનશિપ બંધાઈ ગઈ. દિનેશને ભલે થવું હતું ઇલેક્ટ્રિકલ કે મિકેનિકલ એન્જિનિયર, પણ પોતાની જાણ બહાર સંબંધ બાંધવામાં એ માસ્ટરી મેળવી રહ્યો હતો. આ કદાચ એની અંદરની ભલમનસાઈનો પ્રતાપ હતો. એટલે જ અજયની બહેન હેમા દિનેશની બહેન બની ગઈ. આ હેમાને તો જાણે દિનેશની આંખમાં જોતાંવેંત પરિસ્થિતિનો તાગ મળી જતો હતો. કેવો અદ્ભુત નિર્મળ સંબંધ!

કૉલેજ અને કામકાજની દોડધામના થાક વચ્ચે જાની અને લાલવાણી પરિવાર દિનેશ માટે મીઠા વિસામા બની ગયા. નિહારિકાબહેનની સગાઈ થઈને જીજાજી નીલેશ વ્યાસ ઘરે આવવાના હોય તો દેવદત્ત સાથે દિનેશ અને અજય હાજર હોય જ જીજાજીને આવકારવા.

સમયના વહેવા સાથે દિનેશનું કામ વધતું રહ્યું. ભણતરની ગાડી એફ.વાય.બી.કૉમ સુધી પહોંચી ગઈ. હવે મહેશ્વરી કૉમ્પ્લેક્સનો ફ્લૅટ કામકાજ માટે નાનો પાડતો હતો. આ કૉમ્પ્લેક્સની નીચે પરિવારની ત્રણ-ત્રણ દુકાન ખાલી પડી હતી. દિનેશને થયું કે આ દુકાનમાં ઇલેક્ટ્રિક વર્કશૉપ ચાલુ કરી શકાય. ઘરે વાત કરી જોઈ. સંયુક્ત પરિવાર અને મજિયારી સંપત્તિ હતી એ દુકાનો. કોઈ દુકાન આપવા તૈયાર ન થયું. કદાચ તેઓ મનોમન ઇચ્છતા હતા કે હું કાપડની દુકાનમાં બેસીને પપ્પા અને કાકાનો ધંધો સંભાળી લઉં – આવું દિનેશને લાગ્યું, પણ એને ક્યાં રસ હતો કાપડના મીટર માપવા કે કાપવામાં? તેણે બાપના ધંધામાં જોડાવાનો સ્પષ્ટ નનૈયો ભણી દીધો. જામેલા ધંધાને સ્વીકારવાનો ઇનકાર અને બેઠી આવકને અવગણવા માટે છાતી જોઈએ.

બધાં નારાજ થયાં. ખૂબ ચર્ચાઓ થઈ, ઘણા લાંબા સમય સુધી. અંતે ઘરવાળાં તેને દુકાન આપવા રાજી થયાં ખરાં. ફ્લૅટમાં કામકાજ શરૂ કર્યું ત્યારે દિનેશે ઘરમાં કોઈ પાસેથી એક રૂપિયાની મદદ માંગી નહોતી. પોતાની મેળે જ ગાડું ગબડાવ્યું હતું, પરંતુ વર્કશૉપ શરૂ કરવા માટે સારી એવી રકમ જોઈએ, પણ એ લાવવી ક્યાંથી?

ઘણીવાર દોડાદોડી ગામમાં ને છોરું કાંખમાં જેવી હાલત થાય. દિનેશ જે ફ્લૅટમાંથી કામકાજ કરતો હતો એ જ કૉમ્પ્લેક્સમાં એના મોટા કાકા

રહેતા હતા. લાલભાઈ એકલા અને કાકી ત્રણ દીકરા મેહુલ, વિપુલ અને હિમાંશુ સાથે રહે. ઘણીવાર દિનેશ મોડે સુધી કામ કરતો હોય. કાકા-કાકી જમવા માટે બોલાવી જ લે. એમાં દિનેશનું ફેવરિટ ભીંડાનું શાક હોય ત્યારે કાકી બોલાવ્યા વગર ન રહે. લાલભાઈકાકાને દિનેશ પર ખૂબ પ્રેમ. જરૂર પડે ત્યારે સપોર્ટ કરે.

અંતે દિનેશે પોતાના કામકાજનાં દુકાનમાં શ્રીગણેશ કર્યાં. આ સાહસને નામ આપ્યું શ્રીનાથજી ઇલેક્ટ્રિકલ્સ. ઈશ્વર-કૃપા, પરિશ્રમ, ધગશ અને ઇમાનદારીને પ્રતાપે વર્કશૉપમાં કામ વધવા માંડ્યું. અત્યાર સુધીના એકલપંડ દિનેશને હવે કોઈના સાથની જરૂર પડી. જૂના મિત્ર અને ઇલેક્ટ્રિશિયન રમેશ આસોડિયા સાથે વાત થઈ. એ તરત જ તૈયાર થઈ ગયો. કામ વધવાથી હાથેથી સિલિંગ ફૅનનું રિવાઇન્ડિંગ કરવાનું શક્ય નહોતું. ઉપાય હતો ઑટોમૅટિક સિલિંગ ફૅન રિવાઇન્ડિંગ મશીન ખરીદવાનો. એના વગર વર્કશૉપ ચલાવવી મુશ્કેલ. કામકાજ માટે એક ટેબલ જોઈએ, જેના પર વિવિધ સમારકામ કરી શકાય, મોટર પણ, પરંતુ બીજું બધું તો ઠીક, પણ ટેબલ બનાવવાનાં જ ફાંફાં હતાં. ઘરે વાત કરી, પણ જૉઇન્ટ ફૅમિલી હોવાથી કંઈ ન મળ્યું. આ સમયે રમેશકાકાએ પાંચ હજાર રૂપિયા આપ્યા. ઑટોમૅટિક મશીન માટે રૂપિયા પાંત્રીસ હજારમાં આટલી રકમ ઘરેથી માગવાની તો હિંમતય ન થાય. હવે કરવું શું? કામ સાથે મૂંઝવણમાં વધારો થતો હતો.

હિંમતે મર્દા તો મદદે ખુદા. આ અંધકારમાં માર્ગ ચીંધ્યો લાલભાઈકાકાએ. તેઓ બૅન્કમાં મૅનેજર અને એ જ બૅન્કમાં શ્રીનાથજી ઇલેક્ટ્રિકલ્સનું એકાઉન્ટ. કાકાએ ખુદ લોનના પેપર બનાવડાવી આપ્યા અને લોન મંજૂર થઈ ગઈ. ઑટોમૅટિક રિવાઇન્ડિંગ મશીન આવી ગયું. હવે કામ ઓછા સમયમાં અને થાક વગર થવા માંડ્યું. ગ્રાહકોને કામ સમયસર અને સારું મળતું થયું. મોઢામોઢ પ્રચાર સાથે પ્રસાર થવા માંડ્યો. કામ ખૂબ જ વધતું ગયું અને એમાં ખૂબ મહત્ત્વની એક બાબત વીસરાતી ગઈ, જેનો દિનેશને ખ્યાલ જ ન આવ્યો.

19

હા, વધતા ધંધા અને વ્યસ્તતા વચ્ચે ભણવાનું સાવ ભુલાઈ ગયું. કૉલેજ જવાનું બંધ. સેકન્ડ યર કૉમર્સની પરીક્ષા ન આપી શક્યો. ઇલેક્ટ્રિકના કામમાં મહેનત, માથાકૂટ ભારે અને કમાણી નજીવી, પરંતુ વધતા ગ્રાહક, વિસ્તરતા વ્યાપ અને સામેવાળાના ચહેરા પરના સંતોષથી દિનેશને જોશ અને સંતોષ મળતાં હતાં, એટલે ઓછી મૂડીએ સંઘર્ષના માર્ગે પાછો ન પડે. એ સમયે વૂડન કૂલરનું ચલણ વધ્યુ, એટલે એના ઑર્ડર લઈને ધ્યાન આપવા માંડ્યું. એક પછી એક કામ કરતો જાય...

ઇલેક્ટ્રિકના વાયરમાં દોડતી વીજળીની જેમ દિનેશ જીવનમાં આંચકા વચ્ચે આગળ વધી રહ્યો હતો. એની સૌથી મોટી મૂડી વધી રહી હતી – સંબંધોની મૂડી.

દેવદત્ત જાનીના મિત્ર કીર્તિ જયસ્વાલ સાથેય દોસ્તી જામી ગઈ. રાતે થાકીપાકીને ફ્રેશ થવામાં મિત્ર-મંડળી શક્તિવર્ધક બની જાય. રાતે ફરવા જાય. કીર્તિભાઈની જીપમાં નીકળી પડે. ક્યારેક બહાર ડિનર અને શનિવારે હનુમાનજીનાં દર્શન.

નિહારિકાબહેનની સગાઈ પછી લગ્ન થઈ ગયાં. જીજાજી નીલેશભાઈ સાથે દિલનો સંબંધ બંધાઈ ગયો. દેવદત્તની બે મોટી બહેન સાથે ઝાઝી ઓળખાણ નહોતી. વિભૂતિ અને કેતકીનાં લગ્ન થઈ ચૂક્યાં હતાં. વિભૂતિબહેનને વાર-તહેવારે મળવાનું થાય, પણ કેતકીબહેન પૂણે હોવાથી બહુ સંપર્કમાં નહીં.

દિનેશ માટે દેવદત્ત, અજય, કીર્તિ અને હિતેશની મિત્ર-મંડળી એટલે થાક ભગાડવાની દવા. એમાં ભળી ગયો દિનેશ રાઠી, કઝિન એટલે કે ફૈબાનો દીકરો. ફૈબા અચાનક સ્વર્ગે સિધાવી જવાથી એ પોતાનાં નાની

અને મામા સાથે રહેવા એટલે કે દિનેશના ઘરે આવી ગયો. દિનેશ સાથે મેહુલ, વિનોદ સાવ હમઉમ્ર એટલે કઝિન છતાં દોસ્ત. આમ જુઓ તો દસ ભાઈ અને દસ બહેન. હા, ગણવા માંડો. બહેનોમાં ઈશ્વરી, સરલા, અલકા, દક્ષા, પુષ્પા, નીરૂ, રેખા, સલોની, ફાલ્ગુની અને ચાંદની. ભાઈઓમાં બે દિનેશ, વિનોદ, મેહુલ, વિપુલ, નીરવ, તુષાર, આશિષ, જિજ્ઞેશ, જિતેન્દ્ર અને હિમાંશુ. આ બધાં પિતરાઈ ભાઈ-બહેન, છતાં જબરું બૉન્ડિંગ. સમયાંતરે સંબંધ ગાઢ બનતા ગયા. કહી શકાય કે ગ્રૂપ ઑફ બેસ્ટ કઝિન્સ.

આ બધું હોવા છતાં દિનેશને કુટુંબમાં કોઈ ને કોઈ મતભેદ રહે જ. વાદ-વિવાદ થયા કરે. સવાલ પ્રાઇવેટ ટ્યૂશન મેળવવાનો કે પોતાના ઘર પર ધ્યાન આપવાનો હોય, દિનેશને કાયમ ફરિયાદ અને અસંતોષ રહ્યાં.

રોકડાની સાવ નજીવી મૂડી અને લાગણીના કુબેરના ખજાના વચ્ચે દિનેશની જીવનની ગાડી આગળ વધી રહી હતી. એને કાયમ પોતાના નબળા અંગ્રેજી માટે ખૂબ વસવસો અને રંજ. માત્ર ઇંગ્લિશ લખતાં-બોલતાં-સમજતાં શીખવા માટે તે ફરી એકવાર કિરીટસરના કૃષ્ણા ક્લાસીસનાં પગથિયાં ચડ્યો. અહીં નવા મિત્રોની મંડળી મળી, જેમાં જયેશ, રીના, હેમાક્ષી વગેરે હતાં. આમ તો ઇલેક્ટ્રિક રિપેરિંગના ધંધામાં અંગ્રેજીની ક્યાં જરૂર પડે? પણ આ તો ભાવિનો અણસાર. નિયતિ તેને કોઈ ચોક્કસ કામગીરી માટે તૈયાર કરવા ધકેલી રહી હતી.

દિનેશના પ્રમાણમાં શાંત જળ જેવા જીવનમાં હવે ઉછાળા આવવાના હતા. અણધાર્યા વળાંક રાહ જોઈ રહ્યા હતા. હકીકતમાં ઇલેક્ટ્રિકલ કામકાજથી હવે દિનેશને સંતોષ નહોતો. એનાં પોતાનાં સપનાં હતાં. બહુ મોટાં સપનાં સાકાર થાય એવું લાગતું નહોતું. એક તો ભણવાનું છૂટી ગયાનો અફસોસ અને બીજું ઇલેક્ટ્રિકના ધંધામાં આગળ વધવાની તકનો અભાવ મનને કોરી ખાતાં હતાં. આ જ મારી જિંદગી? આ નિયતિ? હા, રિવાઇન્ડિંગ મશીનના હપતા ભરાતા હતા. નવા સ્કૂટરના ઇન્સ્ટોલમૅન્ટ નિયમિતપણે જમા થતા હતા, પણ ફૈબાના દીકરા પાસેથી ઉધાર લીધેલી રકમ ચૂકવવાની હજી બાકી હતી.

અમદાવાદ-સાબરમતીમાં જીવનનિર્વાહના એન્જિનને દોડતું રાખવા જેટલી ઊર્જા તો ઇલેક્ટ્રિકના કામકાજમાંથી મળી રહેતી હતી, પરંતુ કંઈક મોટું, બહુ મોટું કરી છૂટવાનાં સપનાં માંહ્યલાને સંતાપતાં હતાં. એવામાં

૧૯૯૮ના ઑગસ્ટમાં દિલીપમામાનો ફોન આવ્યો : મારા કેટલાક દોસ્તો શિપિંગ મટીરિયલ સપ્લાયનો બિઝનેસ શરૂ કરવા વિચારે છે. તને રસ છે? આ સાંભળીને મન હરણની જેમ કૂદાકૂદ કરવા માંડ્યું. શું ભાગ્ય મારા નસીબનો દરવાજો ખોલવા માંગે છે? તક ઝડપી લઉં?

મગજે 'કન્ટ્રોલ કન્ટ્રોલ'ની બ્રેક મારી સપનાંના સળવળાટ પર. ખૂબ મહેનત કરીને જમાવેલો ધંધો છોડીને જોખમ લેવું છે? સાબરમતી સાથે લગાવ બંધાઈ ગયો હતો, એ કેવી રીતે મુકાશે? કેટકેટલા મિત્રો હતા! એમના વગર કેમ કરીને જિવાય? મનમાં તુમુલ યુદ્ધ વચ્ચે દિનેશે નિર્ણય લીધો કે અમદાવાદ-સાબરમતીનો ઇલેક્ટ્રિક વર્કશૉપ બંધ કરી દઈશ. નવું કામ લેવાનું બંધ કરી દીધું ને પેન્ડિંગ કામ પતાવીને આપવા માંડ્યાં.

અને એક દિવસ દિનેશ નીકળી પડ્યો સાવ નવા અને અજાણ્યા સાહસની દુનિયામાં પ્રવેશવા. અમદાવાદથી ગાંધીધામ જઈને સૌપ્રથમ તો શિપિંગ સપ્લાયનો ધંધો સમજવાનો હતો, પાર્ટનર્સને મળવાનું હતું, જરૂરી ડૉક્યુમૅન્ટ પર સહી કરવાની હતી.

ગાંધીધામમાં શરૂ થનારા નવા બિઝનેસમાં ઘણા ભાગીદાર હતા. દિનેશ ઉપરાંત મહેશભાઈ, લક્ષ્મણ કરનાણીનાં વાઇફ મમતા કરનાણીને રોકાણ કરવાનું હતું. જ્યારે એક મલયાલી કાકા-ભત્રીજાને અનુભવને આધારે ભાગીદાર બનાવવાનું નક્કી થયું. પાર્ટનરશિપ ડીડ પર સહી-સિક્કા થઈ ગયા.

એમની નવી ઉમ્મીદ, નવી ઑફિસ શરૂ થઈ ભાડાની જગ્યામાં. નામ અપાયું લકી મરીન સર્વિસ. શુભારંભ થયો ૧૯૯૮ની ૨૦મી ઑગસ્ટે. આ ઉત્સાહ, આનંદ અને જોશની સાથે દિનેશ એક મુશ્કેલીમાં હતો. અમદાવાદના વર્કશૉપને બંધ કરવી એ માત્ર ટૅક્નિકલ પ્રક્રિયા નહોતી. પહેલેથી જ નુકસાનીમાં હતો અને હવે સાવ પાટિયાં પાડી દેવાથી ઘાટો વધવાનો જ. વર્કશૉપમાં પડેલો માલ, સાધન-સામગ્રી અને ટેબલ ઉપરાંત લોન પર લીધેલા ઑટોમૅટિક રિવાઇન્ડિંગ મશીનનો નિકાલ કરવાનો હતો. કઝિન દિનેશ રાઠી ભલે માગતો નહોતો, પણ એની રકમ પણ ચૂકવવાની હતી. દિનેશે મનોમન ગાંઠ બાંધી કે નવા બિઝનેસની કમાણીમાંથી સૌથી પહેલી બાકી રહેલી ઉધારી ચૂકવી દઈશ, પછી બીજું બધું, પણ એ એટલું આસાન હતું? થઈ શકશે ખરું? ક્યારે? કેવી રીતે?

20

હવે દિનેશે નવું રૂટિન શરૂ કર્યું. સોમવારથી શુક્રવાર ગાંધીધામમાં નવા બિઝનેસની ગડમથલમાં ગળાડૂબ રહેવાનું. શનિવાર અને રવિવારે અમદાવાદ-સાબરમતી જઈને વર્કશૉપમાં બાકીનું કામ આટોપીને બંધ કરવાની પ્રક્રિયાને અંજામ આપવાનો. ઑટોમૅટિક રિવાઇન્ડિંગ મશીન તો સાથે કામ કરતા રમેશને વાપરવા માટે આપી દીધું, કંઈ લીધા વગર. આ સાથે વર્કશૉપના પ્રકરણ પર પૂર્ણવિરામ મૂકીને દિનેશ નવો અધ્યાય શરૂ કરવામાં મચી પડ્યો.

માત્ર જોશથી કેટલું થાય? એમાંય આ તો ધંધો, વેપાર અને રોકડાની મહોબ્બત. ખાટલે મોટી ખોડ એ કે દિનેશને શિપિંગ લાઇનનો જરાય અનુભવ નહીં. એક્સપિરિયન્સ તો મલયાલી કાકા-ભત્રીજા સિવાય કોઈ પાસે ક્યાં હતો જ? એટલે દિનેશે કામ શીખવાનું હતું. ઑર્ડર મેળવવા, માલ ખરીદવો, સમારકામ-ફિટિંગ કરવું અને એ પણ સમયસર ગ્રાહકને સંતોષ થાય એ રીતે. ત્યારબાદ આવે ઉઘરાણી કરવાની કળા. સતત હસતા રહેવાનું ને સામેવાળોય હસતો રહે એ જ અનિવાર્ય.

અને પાછું કામકાજનું અને ભૌગોલિક ફલક નાનુંસૂનું નહોતું. વિદેશથી આવતાં જહાજો માટે જરૂરી પડતી બધી સામગ્રી અને સમારકામની સેવા પૂરી પાડવાની. આમાં પ્રોવિઝન, બોર્ડ, ઇલેક્ટ્રિકલ સ્ટોર્સ, સ્ટીલ, ડેક, એન્જિન, સેફ્ટી, નાના-મોટા સ્પેરપાર્ટ્સ વગેરે આવી જાય. ટૂંકમાં, જહાજની અંદર જરૂરી એકેએક ચીજવસ્તુ અને સેવા બંદર પર પૂરી પાડવાની, એ પણ પાછાં એક-બે બંદર નહીં, આખા દેશનાં બંદર પર ક્લાયન્ટનું જહાજ ભારતના કોઈ પણ બંદરે પહોંચે ત્યાં જરૂરિયાત પૂરી કરવાની, તાત્કાલિક.

કામકાજની શરૂઆત એકદમ તોતિંગ અને યાદગાર રહી. ૧૯૯૮માં સ્લોવેનિયાનું જહાજ કંડલામાં આવેલ તોફાનમાં ગ્રાઉન્ડેડ થઈ ગયું. આગળ એ હલીચલી ન શકે, કારણ કે એને નુકસાન થયું હતું. દિનેશની કંપનીએ સપ્લાય શરૂ કરી દીધા. જહાજમાં જ્યાં ડેમેજ થયું હતું ત્યાં રિપેરિંગ થવા માંડ્યું. કામકાજ લગભગ ચાર-પાંચ મહિના ચાલ્યું.

જો કે જહાજને ધાર્યા કરતાં વધુ નુકસાની થવાનું બહાર આવતાં એના માલિકે આંચકાજનક નિર્ણય લીધો : જહાજને અલંગ શિપ-બ્રેકિંગ યાર્ડમાં વેચી નાખવું, પરંતુ શિપ-બ્રેકિંગ યાર્ડ સુધી જહાજને લઈ જવાનું ક્યાં આસાન હતું? એમાં સેફ્ટીની ખૂટતી વસ્તુઓ ફિટ કરાઈ કે જેથી જહાજ સર્વેમાં પાસ થાય. દિનેશ અને સાથીઓએ આ કામગીરી પતાવી. હાશકારો અનુભવાય એ પહેલાં નવો ફણગો ફૂટ્યો. જહાજના માલિકને ભંગારમાં વેચી દીધેલા આ જહાજમાં અમુક સ્પેરપાર્ટ્સ જોઈતા હતા કે જેથી પોતાના બીજા જહાજમાં વાપરી શકાય. એ જ બ્રાન્ડ અને મેકના સ્પેરપાર્ટ્સ તેઓ જવા દેવા માંગતા નહોતા, એટલે દિનેશની કંપનીએ અલંગ શિપ-બ્રેકિંગ યાર્ડમાં એ જહાજના જરૂરી બધા સ્પેરપાર્ટ્સ ખરીદી લીધા અને સ્લોવેનિયામાં એક્સપોર્ટ કર્યાં.

ઘરથી દૂર દરિયો, એનાં ઘૂઘવતાં ખારાં પાણી અને ઉપર ધગતા સૂરજના તાપ નીચે દિનેશનું એક આવા સાહસિક વેપારી તરીકેનું ઘડતર શરૂ થઈ ચૂક્યું હતું. એ ક્યારેય થાક કે કંટાળાને પાસે ફરકવા ન દે. દિનેશને વધુ રસ પડવાનું ખાસ કારણ એ કે એનાં ઇલેક્ટ્રિકલ અને મિકેનિકલ કૌશલ્ય-કસબ-અનુભવ આ જહાજમાં એકદમ હાથવગાં થઈ પડ્યાં. બધાં કામ સાવ બાઘાની જેમ જોતાં રહેવું, એનાં કરતાં પોતાને આવડતા કામમાં જોતરાવાના જોશ-આનંદ અલગ જ હોય એ દિનેશ સમજ્યો, દરિયાદેવની સાક્ષીએ. મજા અને મનોમન હરખ એક વાતનો ખરો કે આ ઇલેક્ટ્રિક અને મિકેનિકલ બાબતોનો અનુભવ તો ઠીક, કક્કોય બહુ અનુભવી મલયાલી કાકા-ભત્રીજા જાણતા નહોતા.

અહીં કામકાજ, વ્યવહાર અને વાતચીત બધે વધુ પરદેશી બાબુઓ સાથે. એમાં દિનેશને પોતે કરેલા ઇંગ્લિશના સ્પીકિંગના ક્લાસ કામે લાગ્યા. એ જ્યારે સાબરમતીમાં નાનાં-નાનાં કામ કરતો હતો ત્યારે અંગ્રેજી બોલવાની

જરૂર નહોતી, પરંતુ આત્મસ્ફુરણાથી ગધ્ધાવૈતરાં વચ્ચેય સમય કાઢીને એ ઈંગ્લિશ શીખવા ગયો એ હવે ભરદરિયે કેવી ટાઢક આપતું હતું! ઘણીવાર નિયતિ આપણા માટે ચોકઠાં ગોઠવતી હોય ત્યારે કોઈને તો ઠીક, ખુદ આપણને ક્યાં એની સમજ કે ગતાગમ પડે છે?

દિનેશ કાળી મહેનતને માણતો હતો, પોતાના પરસેવાની સુગંધના નશામાં મહાલતો હતો, પણ આ બધા માટે એ સૌથી વધુ ઋણી પોતાના મામાનો હતો. ધંધામાં રોકવા દિનેશ પાસે તો કંઈ જ નહોતું હજુ. ભાણિયાના ભવિષ્ય માટે, અચ્છે દિન માટે મામાએ બિન-અનુભવી છોકરા પર મૂડીરોકાણનું જોખમ લીધું. દિનેશ ક્યારેક ગળગળો થઈ જતો કે મામા મારી મમ્મીને હજી કેટલો પ્રેમ કરે છે! એટલે જ તો મારા માટે થઈ શકે એ બધું કરવા તૈયાર રહે છે, જેથી સ્વર્ગસ્થ મમ્મીના આત્માને શાંતિ-સુખ મળે.

આરંભિક ઑર્ડર અને ઉત્સાહ છતાં આ વેપાર શીખવા-સમજવાનું ખૂબ મુશ્કેલ હતું. અડચણ ઘરમાં એટલે કે ઑફિસમાં હતી. મલયાલી કાકા-ભત્રીજા કમ્પ્યૂટરને પાસવર્ડથી લૉક રાખે. વિદેશી ગ્રાહક સાથે વાતચીત એ બંને જ કરે. ઇ-મેઈલ, ફેક્સ અને ટેલેક્સ બધું એમના કબજામાં. અધૂરામાં પૂરું બંને અંદરોઅંદર વાતચીત કાયમ પોતાની માતૃભાષામાં કરે, એટલે બીજા ભાગીદારોને એક અક્ષર ન સમજાય.

એટલે દિનેશે કંઈ જાણવાનું-શીખવાનું એ પણ પોતાની રીતે. દોડધામ અને ગધ્ધાવૈતરાં થકી વેપારની કળ આત્મસાત્ કરવાની હતી. મહેનતમાં એ પાછો ન પડે, પણ અધૂરા જ્ઞાન સાથે મહેનતનું કેટલું ફળ મળે, ક્યારે મળે એ નિયતિએ લખી રાખ્યું હતું, પણ ત્યાં સુધી પહોંચવામાં હજી સમય બાકી હતો.

21

દરિયાનું ઊંડાણ તાગવાનું ક્યાં આસાન હોય છે? અને તેના પેટાળમાં શું-શું ધરબાયેલું છે અને એ બધું ક્યારે બહાર નીકળશે અને કયા સ્વરૂપે એની આગાહી કોઈ નજૂમી કરી શકતો નથી. આવું જ નિયતિનું, ભાવિનાં એંધાણથી અજાણ-બેપરવા દિનેશ ઊંધું ઘાલીને મહેનત કરી રહ્યો હતો.

કસ્ટમ્સની દોડાદોડી હોય, કસ્ટમ્સના પેપર્સ બનાવવાના હોય, બંદર પર જઈને જહાજમાં પુરવઠો પૂરો પાડવાનો હોય – બધે ધસી જાય. ક્યારેક મુંબઈબંદર તો ક્યારેક કલકત્તા. પરસેવો વહી રહ્યો હતો, અનુભવ રળી રહ્યો હતો, છતાં હાથમાં ઝાઝું વર્તાય નહીં. હકીકતમાં ઑફિસમાં ખર્ચો ભારે. મલયાલી પાર્ટનર્સને કાર અપાઈ હતી, પણ દિનેશ પગપાળા ઑફિસે જાય. એનાં બે જ મકસદ : કામ શીખી લેવું અને માથા પરની ઉધારી ચૂકવી દેવી. આવી અકળામણ વધતી હતી, કારણ કે મહામહેનતે જામી રહેલો ધંધો બંધ કરીને એ ગાંધીધામ ગયો હતો. સ્વાભાવિક રીતે સાબરમતીમાં કુટુંબીઓ થોડાં નાખુશ રહેતાં હતાં, પણ દિનેશને લાગ્યું કે જોખમ તો ઉઠાવવું જોઈએ અને આ ઉંમરે સાહસ ન કરું તો ક્યારે કરાય? અને એમાંય તક સામેથી આવી હતી, મામા થકી.

અને બધાની મહેનત-ધગશને પ્રતાપે બિઝનેસ ચાલવા માંડ્યો. એક-બે વર્ષમાં સમજાઈ ગયું કે ઑર્ડર તો ઘણા સારા આવે છે, પણ સામે ખર્ચો ઘણો થાય છે. બાકીના ભાગીદાર કોઈ ઉપાડ ન કરે, પણ મલયાલી કાકા-ભત્રીજાને નિયમિત પૈસા આપવાના એમનું ઘર ચલાવવા માટે. એમને ગાડીમાં આવવા-જવાનું. મિનરલ વૉટર જોઈએ. ટેલિફોન અને ટેલેક્સનું બિલ લાખેક રૂપિયાનું આવે. દિનેશને જે થોડીઘણી રકમ મળી તે તેણે

સાબરમતી લોન ચૂકવવામાં વાપરી. ક્યારેય આપેલા પૈસાનો ઉલ્લેખ સુધ્ધાં ન કરનારા દિનેશ રાઠીને રૂપિયા ચૂકવી દીધા. આનાથી ઘણી હળવાશ મળી, માનસિક રીતે ગજબનાક શાંતિ અનુભવી.

લાગતું હતું કે પાટે ચઢી ગયેલી ગાડી સડસડાટ દોડવા માંડશે, ત્યાં જ બ્રેકડાઉનનો આંચકો લાગ્યો. ત્રણેક વિદેશી કંપનીની ઉઘરાણી ફસાઈ ગઈ. પોતાની પેઢી હવે નુકસાનીમાં જતી હોય એવું લાગવા માંડ્યું, પરંતુ દિનેશ હવે વેપારની સાથોસાથ દુનિયાદારીનો કસબ પચાવી રહ્યો હતો. એક જહાજને તુતીકોરીન બંદર પર એરેસ્ટ કરાવ્યું, એટલે કે એ બંદર છોડી ન શકે. મુંબઈથી અદાલતમાંથી લીધેલા આ ઑર્ડરને પગલે એ જહાજના માલિક પાસેથી તરત જ ઉઘરાણીની રકમ આવી ગઈ.

આ બધા વચ્ચે દિનેશ સહિતના ચારેય ભાગીદારને બંને મલયાલીનું વર્તન ખૂંચતું-ખટકતું હતું. એમનાં વ્યવહાર, શૈલી અને કાર્યપદ્ધતિ ભાગીદાર જેવાં નહોતાં લાગતાં. કોઈ તકલીફ વચ્ચે જો પૈસા નિયમિત ન મળે તો કામ ન કરે. મન ફાવે ત્યારે ઑફિસે આવે અને ઇચ્છા થાય ત્યારે નીકળી જાય. આને પ્રતાપે કોઈ ભાગીદાર એમનાથી ખુશ નહોતા. શરૂઆતમાં ધંધામાં દેખાતો દમ-દારોમદાર હવે કેમ દેખાતો નહોતો? આ બંને સુપર પાર્ટનરને લીધે જ.

દિનેશને લાગવા માંડ્યું કે હવે આ ધંધો આ રીતે આગળ વધારવામાં માલ નથી. આ ધંધો તો બંધ જ કરવો પડે. જો કે હાર માનવાનું એના ડી.એન.એ.માં નહોતું. ખૂબ વિચાર્યું અને મગજમાં એક નામ ઝળક્યું : સુનિલ! આ સુનિલ બેલ્લારી નામનો છોકરો થોડા સમય પહેલાં જ કંપનીમાં જોડાયો હતો. મલયાલી સાહેબોને કોઈ જાતની ગંધ આવવા દીધા વગર દિનેશે અન્ય ભાગીદારોની મંજૂરી અને દિલની સહમતીથી નવી ફર્મ ઊભી કરી, એટલું જ નહીં, એના નામે વેપાર શરૂ કરી દીધો.

દિનેશ અને સુનિલ કલાકોના કલાક ઑફિસમાં બેસી રહે. નવો ધંધો શોધવાનું શરૂ કરી દીધું. કામ મળવા પણ માંડ્યાં. અગાઉ મહેશભાઈ કામ હોય ત્યારે કે પાર્ટટાઇમ જ ઑફિસ આવતા, પણ હવે તેમણે ફુલટાઇમ આવવું એવું નક્કી કરી લીધું. બધા ભાગીદાર વારાફરતી એક-એક બંદર જવા માંડ્યા : મુંબઈ, ચેન્નાઈ, વિઝાગ, તુતીકોરીન, ગોવા...

કામ પર વધુ ધ્યાન આપવા, ઝડપી સેવા અને ગ્રાહકના સંતોષને ધ્યાનમાં રાખીને નાનાં નાનાં શિપ ચેન્ડલર્સને સાથે જોડી દીધાં. દિનેશ અને એમની કંપની પણ શિપ ચેન્ડલર જ કહેવાય, પણ આ નાના એટલે કે સબ-કૉન્ટ્રાક્ટર જેવા, પેટા-એજન્ટ. દરેક પૉર્ટ પર આવા સબ-એજન્ટને રાખવાથી તેઓ બંદર પરની કામગીરી કંપની વતી કરે. આમાં કસ્ટમ્સના પેપર બનાવે અને બધો પુરવઠો બંદર સુધી સત્વરે વ્યવસ્થિત પહોંચાડવાની સેવા આપે. આને ઝાઝા હાથ રળિયામણા કે ડિવિઝન ઑફ વર્ક કહી શકાય.

આ તનતોડ મહેનત, જોશ અને હડિયાપટ્ટી વચ્ચે મનમાં કેટલીક વાતો કરવા માંડી હતી. મામાનું પૂરેપૂરું રોકાણ ફસાઈ ગયું, કાયમ માટે! મહેશભાઈ અને કરનાણી કપલની મૂડી ડૂબી ગઈ! હકીકતમાં ભાગીદારોના મનમાંય શંકા ખરી, પરંતુ દિનેશે પોતાનાં સમય, ધગશ અને નિષ્ઠાના મૂડીરોકાણથી ધંધાને બરાબર સમજી લીધો હતો. હવે સૌ મળીને દિલથી મહેનત કરવા માંડે અને ડૂબેલી મૂડી પાછી મેળવી લે તે જરૂરી હતું અને આમાં જો નિષ્ફળતા મળે તો દિનેશ સાબરમતીમાં બેઠેલા નારાજ પરિવારજનોને જવાબ શું આપે? આનાથી મસમોટો પ્રાણ-પ્રશ્ન એ હતો કે દિનેશ પોતાની જાતને શું જવાબ આપે? અરીસામાં પોતાની સામે જુએ કેવી રીતે? ના, ના, ના! નિષ્ફળતા ન ખપે કોઈ પણ સંજોગોમાં! દિલ રાડારાડ કરીને પોકારતું હતું, 'જીત હી લેંગે બાઝી હમ તુમ, ખેલ અધૂરા છૂટે ના!' હા, પોતાના સપનાને સાકાર કરવાની આ તક એ કોઈ હિસાબે ચૂકવા માંગતો નહોતો.

બધા ભાગીદારો એકદમ મચી પડ્યા. ન દિવસ જુએ ન રાત. એક પછી એક એમ બધાં પૉર્ટ પર કામ મળવા માંડ્યું. અગાઉ જે વિદેશી કંપની કામ આપતી હતી તેમની માગ વધવા માંડી. ઑર્ડર વધવા માંડ્યા, એમ ઘણું આપમેળે ગોઠવાવા માંડ્યું. ઇલેક્ટ્રિક રિપેરિંગ, ઉપરાંત મોટર, પમ્પ અને ઍરકન્ડિશન રિપેરિંગનાં કામ દિનેશ દિલીપમામાને જ આપી દે. એમનો પોતાનો વર્કશૉપ હતો, જ્યાં દિનેશ ઇલેક્ટ્રિકલ કામકાજનો કક્કો શીખ્યો હતો. સાથોસાથ દિલીપમામા અલંગ શિપ યાર્ડનાં કામ સંભાળી લે એટલે સ્પેરપાર્ટ્સને લગતા બધા વર્ક-ઑર્ડર પૂરા કરવાની મામાની જવાબદારી.

કામકાજ વધવા માંડ્યાં, સાથે રોજ કંઈ ને કંઈ નવું શીખવા મળે. હવે

અગાઉની રૂટિન કામગીરી ઉપરાંત સેફ્ટીનું ઍન્યૂઅલ ઇન્સ્પેક્શન, ફાયર સિસ્ટમનું ઇન્સ્પેક્શન અને સર્ટિફિકેશન જેવાં કેટલાંય નવાં કામ મેળવવા માંડ્યાં. પોતે આ કામ મેળવીને ઑથોરાઇઝ્ડ પર્સનને તરત સબ-કૉન્ટ્રાક્ટ આપી દે. આને લીધે ગ્રાહકને વ્યવસ્થિત, સંતોષકારક પરિણામ મળે, પોતાની માથાકૂટ ઘટે અને થોડુંઘણું માર્જીન નફારૂપે મળે એ છોગામાં.

આમાં હવે એક નવો ફણગો ફૂટવાનો, ખૂબ મોટો ને ધારણા બહારનો!

22

દરિયો, ઘૂઘવતાં મોજાં, અસ્તિત્વને તરબોળ કરી દેતો પવન, દૂરદૂર દેખાતી ક્ષિતિજ – બધા પોતાનામાં મસ્ત, વ્યસ્ત. એકદમ બેફિકર. સમુદ્ર લાગે શાંત, પણ ભીતર ધમાધમ. ક્યારે વીફરે, કહેવાય નહીં. આ બધા વચ્ચે દિનેશના જીવન અને સપનાંની હોડકી ધીમે-ધીમે હાલકડોલક થઈ રહી હતી. 'લોહા લોહે કો કાટતા હૈ'ની જેમ સમુદ્રની ખારાશમાં પરસેવાની ખારાશ ભેળવીને દિનેશ સફળતાની મીઠાશ મેળવવા મથી રહ્યો હતો. પરિશ્રમી પર દરિયાદેવના આશીર્વાદ ઊતર્યાના દાખલા શોધવા ક્યાં ઊંડા પાતાળમાં ઊતરવાની જરૂર છે?

દિનેશને સફળતાની આશાનું મોટુંમસ કિરણ દેખાયું. ખૂબ દૂરદૂરથી, કહો કે ક્ષિતિજની પેલે પારથી શિપિંગનાં નાનાં-મોટાં કામકાજ વચ્ચે ઈટાલીની બહુ મોટી કંપની 'બી. નેવી' તરફથી ઑર્ડર મળ્યા. આ કંપની ૧૧૦થી વધારે જહાજની માલિક. આમાંથી દશેક જહાજ અચૂક ભારતમાં હોય જ. કોઈ ને કોઈ બંદર પર લાંગરેલાં પડ્યાં હોય. દિનેશ કે એના ભાગીદાર ભલે આને એક કામ જ સમજતા હતા, પણ ભાગ્યનો પટારો ખોલવાની તે એક ચાવી હતી. કંપનીના સુપરિન્ટેન્ડિંગ એન્જિનિયર મિ. જી. બાર્તોલોમી મુંબઈ આવ્યા ત્યારે દિનેશને મળવા જવાનું થયું.

સાબરમતીનો અર્ધ-શિક્ષિત લવરમૂછિયો છોકરો અને વિશ્વની શિપિંગ જાયન્ટ કંપનીના ટોચના ઑફિસરને મળવા જાય, એ પણ મુંબઈમાં ને પાછો ફાઇવસ્ટાર ઑબેરૉય હોટલમાં. દિનેશ માટે બધેબધું પહેલી-પહેલી વાર. છતાં પોતાની હિંમત, ધગશ, પ્રામાણિકતા અને નિષ્ઠાને જોરે દિનેશે ફાવે એવા ઇંગ્લિશમાં બાર્તોલોમીને ગળે પોતાની વાત પાસ્તાની જેમ ઉતારી

દીધી કે ભારતના ગમે તે બંદર પર અમે કોઈ પણ કામ સફળતાપૂર્વક કરી શકીએ છીએ, એ પણ સારામાં સારી અને ઝડપી સેવા સાથે.

પરદેશી બાબુ ઇમ્પ્રેસ થયા જ, નહીંતર કંઈ પોતાના અખત્યાર હેઠળના બધા જહાજનું કામ આપવાનું શરૂ કરે ખરા? એમના અનુભવને પગલે કંપનીના બીજા સુપરિન્ટેન્ડિંગ એન્જિનિયર પણ એમને કામ આપવા માંડ્યા.

સફળતા જ સફળતાને આકર્ષે છે, જાણે ચુંબકની જેમ ખેંચી લાવે છે. 'બી. નેવી' બાદ યુરોપની બીજી ઘણી કંપનીનાં કામ મળવા માંડ્યાં. ગ્રીસ, સાઇપ્રસ, સ્લોવેનિયા અને દુબઈનો અખાત. કામ પે કામ. આ જોશમાં હોશ પણ ખરો. ધીરે-ધીરે બધા ભાગીદારની થોડી-થોડી મૂડી પાછી આવવા માંડી. દિનેશે મામાએ કરેલું ઇન્વેસ્ટમૅન્ટ કે પોતાને આપેલી લોન પાછી ચૂકવી દીધી. ફ્રેન્કલી મામાએ ક્યારેય ઉઘરાણી નહોતી કરી કે એ સબબ ઇશારો-અણસાર સુધ્ધાં નહીં, પણ દિનેશને વધુ જોખમ નહોતું લેવું, હળવાશ અનુભવવી હતી. માથા પરથી ભાર ઊતરી ગયા બાદ બધા ભાગીદારોમાં વધુ સ્ફૂર્તિ-ઉમંગ આવી ગયાં.

એકદમ બિંદાસ થઈને સૌ બિઝનેસને આગળ વધારવાના જોમ સાથે મચી પડ્યા. સાચું કહીએ તો હવે ભાડાની ઑફિસ નાની પડવા માંડી. સપ્લાયનો માલ આવે ત્યારે મૂકવો ક્યાં એવી વિમાસણ અનુભવવા માંડ્યા.

પણ એમ ક્યાંથી ભાડાની ઑફિસ છોડાય? અહીં જ દિનેશને લૉટરી લાગવાની હતી. એનું જીવન તરબતર, સમૃદ્ધ થવાની શરૂઆત અહીં જ લખાયેલી હતી. ક્યારેય નહોતું બન્યું એ આકાર લઈ રહ્યું હતું. ઇચ્છા તો ઠીક, કલ્પનાય નહોતી કરી દિનેશે એવું કંઈક અનોખું એની લાઇફમાં બનવાનું હતું.

લગભગ વર્ષ ૨૦૦૦ની વાત. દિનેશની ભાડાની ઑફિસવાળા બિલ્ડિંગમાં એક એડવૉકેટની ઑફિસ. એમાં કામ કરે ભાવિ લૉયર હર્ષા. આવતાં-જતાં ઓળખાણ થઈ. વાતચીત થવા માંડી. નવરાશ મળે એટલે બંને એકમેકની ઑફિસમાં જઈને બેસે. ગામગપાટા થાય. સારી મિત્રતા કહી શકાય એવા સંબંધ. બધું એકદમ સહજ અને નૉર્મલ.

આ હર્ષાની નાની બહેન હસ્મિતા દિનેશની બિલ્ડિંગની સામેની બિલ્ડિંગમાં સર્વિસ કરે. એ રોજ બપોરે દીદી સાથે જમવા આવે, ક્યારેક મળવા

આવે. હસ્મિતા સાથેય ઓળખાણ થઈ અને ઝડપભેર મિત્રતામાં ફેરવાઈ ગઈ. બંનેને કંઈ ખબર પડે કે સમજાય એ પહેલાં બંનેને એકબીજાના સાથ-સહવાસ ગમવા માંડ્યા. ઑફિસમાં હળવા-મળવા ઉપરાંત બહાર મળવાનું શરૂ થઈ ગયું. ક્યારેક પોતાની બાઇક પર હસ્મિતાને મૂકવા ઘરે પણ જાય. દિનેશને ગમે ને હસ્મિતાય ક્યાંથી ના પાડે? બંને એકમેકને મળવાનાં કારણો શોધ્યા કરે.

હસ્મિતા હજી કૉલેજમાં ભણતી હતી. કૉલેજ બાદ સર્વિસ. ભણવાનો ખર્ચો પોતે જ કાઢી લે. જે આદિપુરની કૉલેજમાં એ ભણે ત્યાં જ એના પપ્પા નોકરી કરે. કૉલેજ ક્વાર્ટર્સમાં પરિવાર રહે. હસ્મિતાની બહેન પણ વકીલાતનું ભણવા સાથે કામ શીખે. સૌથી નાનો ભાઈ હજી સ્કૂલમાં. નાનું અને મધ્યમવર્ગીય કુટુંબ.

ગાંધીધામમાં દિનેશ પોતાના વિકસતા બિઝનેસને અને હસ્મિતા સાથે વધતી નિકટતાને માણી રહ્યો હતો, ત્યારે અમદાવાદ સાબરમતીમાં કંઈક અલગ અજંપો હતો. એના કેન્દ્રમાં દિનેશના ઘરવાળા લાંબા સમયથી એના માટે સારી કન્યા શોધતા હતા. અમદાવાદમાં વર્કશૉપ ચલાવતો હતો ત્યારથી ઘરવાળાં એના જીવનસાથી માટે પ્રયાસ કરવા માંડ્યા હતા, પણ ક્યાંય મેળ ખાતો ન હોતો. એક તો ઝાઝું ભણતર નહીં, સરકારી નોકરી નહીં, જામેલો ધંધો નહીં અને ખાસ તો ઘરમાં મા નહીં. બાપુજી વ્યવહારના કામકાજમાં થોડા ઢીલા અને નિષ્ક્રિય. સાબરમતી છોડીને ગાંધીધામમાં બિઝનેસ શરૂ કર્યા બાદ ઘરવાળાની શોધ અવિરતપણે ચાલુ જ રહી.

આ બધાની જાણ બહાર દિનેશ એકદમ હસ્મિતામય થઈ રહ્યો હતો. બિઝનેસનો વ્યાપ ફેલાવવાની દિનેશની પ્રાથમિકતા, એમાંથી ફુરસદ મળે એટલે એક જ નામ, એક જ કામ હસ્મિતા! હવે નિયમિત નહીં, રોજેરોજ મળે. ક્યારેક બાઇક પર, ક્યારેક સ્કૂટર પર અને ક્યારેક કારમાં નીકળી પડે. આંખ પર ચડાવેલાં ગૉગલ્સ, હવામાં ઊડતા વાળ, હવા સાથે સ્પર્ધા. બંનેના એક જ લય, તાલ અને સૂરમાં ગાતા 'જિંદગી એક સફર હૈ સુહાના!' પણ તકલીફ એ હતી કે સુહાના સફરમાં આગળ સ્પીડબ્રેકર હતા સ્પીડબ્રેકર.

પહેલી નજરે લાગે કે દિનેશ હસ્મિતાની લવસ્ટોરી મસ્ત આગળ વધતી

હતી. દિનેશ ક્યારેક હસ્મિતાના ઘરેય જાય. પરિવારમાં સૌ જાણે કે આ છોકરો તો હર્ષાનો ઓળખીતો છે. ઘરે ઘણી વાતો થાય, બિઝનેસની અને કાયદા-કાનૂનની. હર્ષા – દિનેશના જ્ઞાનમાં વધારો થાય અને પ્રેમી-યુગલ સૌની નજર ચૂકવીને એકમેકને જોતું, નિહાળતું રહે.

આમાં હસ્મિતાને એકદમ અપસેટ કરતું કંઈક બની ગયું. ૨૦૦૧ની ૨૫મી જાન્યુઆરીએ દિનેશ અમદાવાદથી કામ પતાવીને ગાંધીધામની ટ્રેનમાં આવતો હતો. ઠંડી કહે કે હુંય આવું સાથે! જાણે હસ્મિતાની ઈર્ષા આવતી હોય એમ ઠંડી દિનેશને વળગી પડી. સીધી શરીરનાં હાડકાંમાં ઘૂસી ગઈ. ૨૬મી જાન્યુઆરીએ સવારે ગાંધીધામ પહોંચીને નાનીના ઘરે જઈને સૂઈ ગયો. દિનેશને એટલી બધી ઠંડી લાગે કે ત્રણ-ત્રણ ધાબળા ઓઢાડવા પડ્યા. નાની વચ્ચે વચ્ચે ગરમાગરમ ચા બનાવીને પીવડાવે. પાછો ત્રણ ધાબળા ઓઢીને સૂતો કે થોડીવારમાં જોરશોરથી કંઈક અવાજ આવવા માંડ્યો. અર્ધ-જાગ્રત અને પૂરા માંદા દિનેશને થયું કે પાણી ચડાવવાની મોટર આજે કંઈક ભળતો જ, વધુ પડતો અવાજ કરે છે. તેણે ઝાઝું ધ્યાન ન આપ્યું. આમેય એવી માનસિક-શારીરિક સ્થિતિ જ ક્યાં હતી?

અચાનક દિનેશ સૂતેલો હતો એ પલંગ હલવા લાગ્યો. એકદમ આશ્ચર્ય સાથે દિનેશ ધાબળામાંથી બહાર આવ્યો. છત તરફ જોયું તો પંખો બંધ હતો, છતાં તેના પાંખડા હલતા હતા અને છત સાથે અથડાતા હતા. દિનેશના મગજમાં ફટાક કરતી લાઇટ થઈ કે આ તો ભૂકંપ! આમેય છેલ્લા કેટલાય મહિનાઓથી સમાચાર આવતા હતા કે ભાવનગરમાં ભૂકંપના નાના-નાના આંચકા આવે છે, જો કે આ નાના આંચકા નહોતા, ભયંકર ભૂકંપ હતો એ દિનેશ સમજી ગયો. જો કે હજુ એની ભયંકર ભયાવહતા તો બાકી હતી.

દિનેશ દોડીને ઘરની ઓસરીમાં ગયો, તો નાનીને જમીન પર પડેલાં જોયાં. જમીન એટલી બધી હાલકડોલક થતી હતી કે નાની નહોતાં ચાલી શકતાં કે નહોતાં ઊભાં રહી શકતાં. દિનેશ દોડીને નાનીને રીતસર ઢસડીને પાછળના ચોક સુધી લઈ ગયો અને બહાર જઈને શું જોયું? એમના મકાનની બાઉન્ડ્રી વૉલ કડડભૂસ થઈ ચૂકી હતી.

નાની અને મામા બાજુના ખાલી પ્લૉટમાં જઈ પહોંચીને નિરાંતનો શ્વાસ લે ત્યાં જ કંઈક યાદ આવતાં નાની હેબતાઈ ગયાં. જ્યોતિમામી અને એમનાં બાળકો પ્રતીક અને અંકિત તો ઉપરના માળે દરવાજો બંધ કરીને રૂમમાં બેસી ગયાં છે! આ સાંભળતાંવેંત બીમાર દિનેશના શરીરમાં ન જાણે ક્યાંથી જોશ આવી ગયું. પાછળ સિંહ પડ્યો હોય એમ એ દોડ્યો. ધડાધડ દરવાજા પર હાથ ઠપકાર્યા. મામીએ દરવાજો ખોલ્યો કે તરત જ ત્રણેયના હાથ પકડીને ઉતાવળે પોતાની સાથે બહાર લઈ આવ્યો.

હવે બધાં ઘરની બાજુના ખાલી પ્લૉટમાં હતાં. નીચે જમીન, ઉપર આકાશ અને મનમાં ફફડાટ. કઈ ઘડીએ શું બની જાય એ કોઈ જાણતું નહોતું. ગમે તે ઘડીએ કંઈ પણ બની જવાનો કોરી ખાતો ભય, કંઈ જ ન કરી શકવાની લાચારી અને સતત બચાવ માટેની મનોમન પ્રાર્થના.

સૌથી મોટા મામા અને એમનો પરિવાર પાછળના એરિયા અપનાનગરમાં હતા, એટલે રાજેશમામા તેમને જોવા જતા રહ્યા. કોઈને ભૂકંપની તાકાત કે વિનાશી શક્તિનો અણસાર નહોતો. કમનસીબે ભૂકંપ પૂરો નહોતો થયો. એ ઘણો લાંબો સમય ચાલવાનો હતો. જીવ બચી ગયાનો હાશકારો એકદમ છેતરામણો હતો. મોતનો પંજો ગમે ત્યારે ધરતી ફાડીને બહાર આવીને ગમે તેનો જીવ લઈ જઈ શકે એવી ભયાવહ સ્થિતિ હતી.

આખા ગાંધીધામમાં દોડધામ, ચીસાચીસ. આ અંધાધૂંધી. જ્યાં જુઓ ત્યાં ગભરાટ, ફફડાટ અને ભયનું સામ્રાજ્ય. કોઈ પોતાના ઘરમાં જવા તૈયાર નહોતું. અંદર પડેલા રાચરચીલા કે માલમિલકતની કોઈને પરવા નહોતી. આખેઆખું ગાંધીધામ રોડ પર ઊતરી આવ્યું હતું.

બધાં મામાના વર્કશૉપ ભણી ગયાં. ત્યાં જ દિનેશના નાનાભાઈ જિજ્ઞેશની ઑફિસ હતી. રસ્તા પર પસાર થતી વખતે ન જાણે કેટલાંય ઘર, કેટલીય બિલ્ડિંગ ધરાશાયી થઈ ગયાં હતાં. અંદર કોઈ હશે? કેટલાં હશે? બિચારાં જીવતાં હશે કે પછી...? કમકમાટી થઈ આવે, કાળજું મોઢે આવી જાય, પણ કરવું શું? મામાના વર્કશૉપની લાઇનમાં જ આવેલી દિનેશના ભાગીદાર લક્ષ્મણ કરનાણીની બિલ્ડિંગ પડી ગઈ હતી. લક્ષ્મણભાઈનું શું થયું હશે? હૈયું ચીરી નાખતી વેદના સાથે દિનેશ દોડ્યો. જોયું કે લક્ષ્મણભાઈનાં વાઇફ મમતાભાભી તો મકાનની બહાર હતાં, સલામત હતાં. હાશ... પણ

લક્ષ્મણભાઈ ક્યાં? એ પોતાની નવ વર્ષની દીકરી સાથે બિલ્ડિંગમાં ઉપર હતા, ઘરમાં હતા.

ઓહ માય ગૉડ! દિનેશ અને બધા આસપાસ દોડાદોડી કરીને શોધવા માંડ્યા કે અંદર જવાનો કોઈક રસ્તો દેખાય, પણ કોઈ શક્યતા નહોતી. આ અફરાતફરીમાં જાણકારી મળી છે ઍક્ચ્યુલી લક્ષ્મણભાઈ તો નીચે આવી ગયા હતા, પણ એ દીકરીને લાવવા નહીં. પાછા મકાનમાં ઉપર ગયા અને વહાલસોયીને બે હાથમાં ઉપાડીને સીડી ઊતરી રહ્યા હતા ત્યારે જ બિલ્ડિંગ પડી ગયું! લક્ષ્મણભાઈ અને માસૂમ દીકરી નીચે ઊતરવાની સીડી પર દબાઈ ગયાં! આનો અર્થ સ્પષ્ટ હતો, પણ બોલે કોણ?

દિનેશનું મગજ કામ કરતું બંધ થઈ ગયું. હૃદયના ધબકારા વધી ગયા. શરીર જાણે રીતસર ધ્રૂજતું હતું. દિનેશને ઉપરના માળ પર જવું હતું મામાના ભાગીદાર લક્ષ્મણને જોવા, મળવા અને બચાવવા. આ માહોલમાં કોઈને ચોક્કસ ખાતરી નહોતી કે ભૂકંપે કેવી અને કેટલી તબાહી મચાવી છે. એટલું સ્પષ્ટ હતું કે બહુ દૂર સુધી આ વિનાશલીલા વિસ્તરી હોવી જોઈએ.

વીજળીપુરવઠો બંધ, ટેલિફોનસેવા બંધ, મોબાઇલ બંધ, નળમાં પાણી બંધ અને આંખમાં પાણી અનરાધાર! તબાહીનો આવો નજારો નહોતો ક્યારેય જોયો, વિચાર્યો. દિનેશના મગજમાં એક જ નામના હથોડા ટીપાતા હતા : લક્ષ્મણભાઈ! લક્ષ્મણભાઈ! લક્ષ્મણભાઈ!

23

લક્ષ્મણભાઈ... લક્ષ્મણ કરનાણી અને એમની પ્રિન્સેસ! દિનેશનું માથું ફાટફાટ થતું હતું. શરીરમાં તાકાત નહોતી છતાં એનાથી તદ્દન વિપરીત કંઈક કરી નાખવાનું જોશ દરિયાનાં તોફાની મોજાંની જેમ ઊછળતું હતું, પછડાતું હતું, પણ બધેબધું નિરર્થક!

અંતે કરનાણી બિલ્ડિંગ તોડાઈ ત્યારે લક્ષ્મણભાઈ મળ્યા ખરા. તેઓ ઊંધા પડ્યા હતા અને બાથમાં હતી વહાલસોયી દીકરી. બાપ-બેટીએ જીવનની આખરી સફરમાં એકમેકને સંગાથ આપ્યો. દિનેશને લાગતું કે કાશ આ સપનું હોય – ના, દુ:સ્વપ્ન હોય, પરંતુ હકીકત વધુ ભયંકર હતી. ૫૬મા પ્રજાસત્તાક દિને સવારે ૮:૪૫થી માત્ર બે મિનિટ વચ્ચે રિચરસ્કેલમાં ૭.૭ની તીવ્રતા ધરાવતા ભૂકંપની વિનાશલીલામાં ૨૦,૦૦૦થી વધુ માણસો માર્યાં ગયાં હતાં અને ૧,૬૬,૮૦૦ જણાં ઘાયલ થયાં હતાં. સ્વજન ગુમાવવાથી તૂટી પડેલા અને ભાંગી પડેલા હૃદયના આંકડા તો ક્યાંથી મળે? ભચાઉના ચોબારી ગામમાં કેન્દ્રબિંદુ ધરાવતા આ ભૂકંપે કચ્છને ન જાણે કેટલાય દાયકા પાછળ ધકેલી દીધું!

આ બધા આંકડા તો બહુ પાછળથી આવ્યા, પરંતુ ભૂકંપના દિવસોની હાલત અકલ્પનીય હતી. રોજ અંધારું થયે ઘરે પહોંચનારાં કે દીકરા-દીકરી કેમ પાછાં ન ફર્યાં એવી ફિકર કરનારાઓ આજે રાતેય રસ્તા પર પડ્યાં રહેતાં હતાં. નજર સામે દેખાતા પોતાના ઘરમાં જવાની કોઈ હિંમત કરી શકતું નહોતું. હજુ ભૂકંપના નાના આછા આંચકા અનુભવાતા હતા. આ આફ્ટર-શૉક સાથે કેટલાંય મોઢાંમાંથી કારમી ચીસ નીકળી જતી હતી. ચારેકોર મોતના ખૌફનું સામ્રાજ્ય હતું. ડર, અસલામતી અને અનિશ્ચિતતા

બુલંદીથી છડી પોકારતાં હતાં. કુદરત સામે માનવી કેવો વામણો છે એ ફરી સાબિત થયું હતું. મંગળ પર પહોંચનારો માણસ પોતાની ધરતીને ઓળખી નહોતો શકતો, પેટાળમાં શું, ક્યારે થશે એ જાણતો નહોતો.

વીજળી, પાણી, વાહન-વ્યવહાર જેવી સેવાઓને નિયમિત થવામાં દિવસો લાગી ગયા. અરે, હૉસ્પિટલોમાં લાંબી-લાંબી કતારો વધવા માંડી. બીજી બધે તો ઠીક, સ્મશાનમાંય જગ્યા ન મળે. અલગ અલગ સ્થળે લોકો સ્વજનોની અંતિમવિધિ કરતા હતા. આખરી અલવિદા કરનારાઓમાંથી કોઈકના હાથ નહીં, કોઈકના પગ નહીં, કોઈના માથા પર પાટો, પણ દરેકની આંખમાં આઘાત, આંસુ અને ફફડાટ! મોતને હાથતાળી આપ્યાનો અનુભવ હજી મન-મગજ-ચહેરા પરથી હટવાનું નામ લેતો નહોતો. મહિનાઓ સુધી લોકો ટેન્ટમાં રહ્યા. રાતે કારમાં સૂઈ રહે. દિનેશ અને એનો પરિવાર ક્યારેક ટેન્ટમાં રહે, તો ક્યારેક ઘરમાં. ઘરમાં પડેલી બહુ જરૂરી વસ્તુ લેવા અંદર જવું પડે તો સતત ફફડાટ થાય : હમણાં ભીંત પડશે કે માથે છત? કેટલાંય કમનસીબ પેરાપ્લેજિક થઈ ગયાં હતાં. કેટલાંયે પગ ગુમાવી દીધા કે જેથી જીવનભર જમીન પર પગ મૂકી ન શકે. આજીવન વ્હીલચૅરનો આશરો.

આફત મહાભયંકર હતી, પણ સમય પાસે દરેક દુ:ખનાં ઓસડ છે. આ ભૂકંપને લીધે કચ્છને ફરી બેઠું થતાં મહિનાઓ નહીં, વરસો લાગવાનાં હતાં, પણ એ નવું સ્વરૂપ, નવું જીવન કેટલું સુંદર, આધુનિક અને સગવડમય હશે એની કોઈને કલ્પના સુધ્ધાં નહોતી.

એક આડવાત. દિનેશ અને લાખો કચ્છીઓ ૨૬મી જાન્યુઆરીએ ભૂકંપ સામે ઝઝૂમતાં હતાં ત્યારે આ લેખકની એકની એક દીકરી કરિશ્મા ગુજરાતમાં હતી. સદ્‌ભાગ્યે, કચ્છમાં નહી પણ અમદાવાદ અને આસપાસ હતી. પોતાનાં માસા-માસી સાથે ટીવી પર ગુજરાતમાં ભૂકંપના સમાચાર જોયા ત્યારે અસ્તિત્વ એકદમ સુન્ન થઈ ગયું. મોબાઇલ પર વાત થઈ કે બધાં સલામત છે, છતાં મન માને નહીં. વારંવાર ફોન અને કરિશ્માના ઘરે આવવા સુધીની ફિકર આજેય રૂંવાડાં ઊભાં કરી દે છે. જો આપણી સૌની આવી હાલત હોય તો કચ્છમાં સૌ પર શી વીતી હશે?

ધીરે-ધીરે આખા કચ્છને કળ વળવા માંડી. હાડમારી વચ્ચે જીવનારી

કચ્છની પ્રજાએ ભારે પુરુષાર્થ આદર્યો. દિનેશ અને ભાગીદારોય કામે લાગી ગયા. થોડા સમયમાં લાગવા માંડ્યું કે ભાડાની ઑફિસ હવે નાની પડે છે. સપ્લાયનો માલ આવે ત્યારે ઉપાધિ થાય કે એ મૂકવો ક્યાં? જો પોતાની ઑફિસ હોય તો સાથે ગોડાઉન બનાવી શકાય. આ સાથે જ સેક્ટર વન-એના કૉમર્શિયલ એરિયામાં પ્લૉટ જોવાનું શરૂ કરી દીધું. આમાં રવિમામાની ઓળખાણ ઘણી, એટલે એમને આ જવાબદારી સોંપી.

બીજી તરફ દિનેશે વિચાર્યું કે શા માટે પરદેશ જઈને વધુ કંપનીઓ સાથે કામ ન કરી શકાય? આઇડિયા બધાને ગમ્યો. દિનેશ અને મહેશભાઈએ યુરોપ પર નજર ફેરવી. સૌપ્રથમ ગ્રીસ અને ઈટાલી જવાનો નિર્ણય લીધો, પરંતુ વિઝા મેળવવા કેવી રીતે? હરીફરીને એક વ્યક્તિ યાદ આવી : બાર્તોલોમી. એમની સાથે દિનેશની દોસ્તી જામી ગઈ હતી. હવે બાર્તોલોમી બી. નેવીમાં કામ કરતા નહોતા. હવે તે બીજી કંપનીમાં કામ કરતા હતા એ કંપની સાથે દિનેશ કામ કરતો નહોતો. છતાં બાર્તોલોમી પોતાની નવી કંપની વતી વિઝા અપાવવા તૈયાર થઈ ગયા. હવે વ્યાવસાયિક સંબંધ નહોતા અને દિનેશ કોઈ પણ હરીફ સાથે કામકાજ શરૂ કરી શકે એવી પૂરેપૂરી શક્યતા, છતાં વિઝા અપાવે એક કેવી ઉદાત્ત વૃત્તિ અને દોસ્તી! દિનેશે નક્કી કરી લીધું કે ફરી એક વાર બી. નેવીમાં જઈને રજૂઆત કરવી કે આપની કંપની માટે અમે સારામાં સારી, સૌથી બહેતર સેવા આપીશું. અને બી. નેવી તરફથી વિઝાની જરૂરિયાત માટેનો પત્ર આવી ગયો.

મુંબઈ જવાનું હતું વિઝા લેવા માટે. અમદાવાદનો દોસ્ત દેવદત્ત જાની સાથે આવ્યો કે જેથી દિનેશને કંપની મળે ને કોઈ તકલીફ ન થાય. દોસ્તોની બાબતમાં ખરેખર નસીબદાર છે આ યુવાન.

મુંબઈમાં ઇટાલીના કૉન્સ્યુલેટમાં વિઝા માટે લાઇનમાં ઊભા રહ્યા. ત્યાં પત્રમાં બે-ત્રણ પ્રૉબ્લેમ કાઢ્યા. હવે? બાર્તોલોમીની આસિસ્ટન્ટ જાણે તૈયાર બેઠી હતી. એ તરત જ નવો લેટર તૈયાર કરીને કૉન્સ્યુલેટમાં ફેક્સ કરી દે. અંતે બે દિવસમાં વિઝા મળી ગયા ખરા, પણ એક મુશ્કેલી સાથે. બે મહિનાની અરજી સામે માત્ર ૧૫ દિવસના જ વિઝા મળ્યા. પાસપૉર્ટ પર વિઝાનો થપ્પો તો લાગી ગયો, પણ પંદર દિવસમાં ઈટાલી, ગ્રીસ અને બીજા બે યુરોપિયન દેશની મુલાકાતનો પ્લાન શક્ય કેવી રીતે બને?

ઘરે પહોંચતાવેંત ફૉરેન ટૂરની તૈયારીમાં જોશભેર મંડી પડ્યો. જે-જે કંપનીમાં જવું હતું તેમનાં નામ, એડ્રેસ અને કૉન્ટેક્ટ ડિટેલ્સ ટપકાવવા માંડી. સાથોસાથ એ કંપનીની પ્રોફાઇલ વાંચી ગયો. એના પ્રિન્ટઆઉટ લઈ લીધા. પોતે પાકો શુદ્ધ શાકાહારી. ખાવા-પીવાની તકલીફ પડી તો?

25

હકીકતમાં ખાવાપીવાની ફિકર કરવાની જરૂર પડવાની નહોતી. નાનીએ લાડવા બનાવ્યા. થેપલાં અને ખાખરા પણ. ઔર ચાહિયે ક્યા? બાર્તોલોમીએ જીનિવામાં હોટલ બૂક કરાવી આપી. દિનેશ જાણતો હતો કે આ ધંધો વિકસાવવાનો પ્રયાસ છે, એટલે બજેટ સાચવવાનું હતું એ વાત સ્પષ્ટપણે જણાવી દીધી હોવાથી જીનિવામાં બજેટ હોટેલ જ બૂક કરાવાઈ હતી. એ જ પ્રમાણે માડ્રીડના ફ્રેન્ડે ગ્રીસમાં હોટેલ બુક કરાવી.

૧૩ મે, ૨૦૦૨. પહેલી વિદેશયાત્રા હતી દિનેશની. બૉમ્બે ટુ જીનિવા. બધી તૈયારી ફરી ચેક કર્યા બાદ મુંબઈ જવા નીકળ્યો ત્યારે થોડી નર્વસનેસ અનુભવી. ફર્સ્ટ ફૉરેન ટૂર અને એકલો. ભાષા સહિતની સમસ્યા મોઢા ફાડીને ઊભી હતી. ત્યાં ખર્ચ માટે બે હજાર ડૉલર લીધા, ઉપરાંત ક્રેડિટ કાર્ડ તો ખરું જ.

એ બધું તો ઠીક, પણ અલગ જ મુસીબત દિનેશભાઈની રાહ જોઈ રહી હતી. જીનિવાની હોટેલમાં મોટો આંચકો લાગ્યો. કોઈ કરતાં કોઈને અંગ્રેજીનો એક શબ્દ ન આવડે! માત્ર ઇટાલિયન ભાષા જ બોલે અને સમજે! અને દિનેશને તો ઇટાલીના 'ઇ' સાથેય વેર, પણ એમ થોડું હારી જવાય? હોટેલના સ્ટાફના ભાષાજ્ઞાનની ઝાઝી ફિકર કર્યા વગર ચાર દિવસમાં મોટા ભાગની શિપિંગ કંપનીઓની મુલાકાતનું કામ આટોપી લીધું. આ મિટિંગને પગલે વિશ્વાસ વધી ગયો કે આપણને ચોક્કસ બિઝનેસ મળશે. અહીંથી ન ઇન્કવાયરી કરાય, ન માહિતી પુછાય એવી ભારે મુશ્કેલી, પણ કોઈ વિકલ્પ નહોતો એટલે કામ પતાવીને બેઠો ગ્રીસની ફ્લાઇટમાં. હોટેલ હતી પીરાયુષ શહેરમાં. આ ગ્રીસના પીરાયુષ અને એથેન્સ શહેરમાં વહાણવટાની કંપનીઓ

એટલી બધી કે ન પૂછો વાત. દરેક ગલીના એક-એક બિલ્ડિંગમાં 20થી વધારે ઑફિસ મળે. પોતાના ટાર્ગેટ મુજબની કંપનીઓમાંથી મોટાભાગની કંપનીઓમાં મળવા ગયો, પોતાની રજૂઆત કરી અને ખૂબ સારો પ્રતિસાદ મળવાના સંતોષ સાથે પાછો ફર્યો. આ ખુશીની લાગણી સાથે ૨૫મી મેના રોજ એથેન્સથી સીધી મુંબઈની ફ્લાઇટ.

પહેલો વિદેશપ્રવાસ. સાવ એકલો. એમાં ભાષાની સમસ્યાને લીધે ખૂબ તકલીફો પડી, પરંતુ વિમાનમાં દિનેશને સાંભરતું હતું કે 'અજાણી ભોમકામાં મિત્ર બાર્તોલોમીએ કેવી દિલથી સરભરા કરી! એક દિવસ હોટેલથી પોતાના ઘરે લઈ ગયા. ઘરે ડિનર રાખ્યું હતું, ખાસ મારા માટે. હું શુદ્ધ શાકાહારી એ જાણે એટલે બધા માટે માત્ર વેજિટેરિયન વાનગીઓ જ બની હતી. પોતાના ઘરે જમ્યો હોય એવો ઓડકાર આવ્યો. એમની પત્ની અને બે દીકરા લ્યુકા અને એલેક્સને મળવાનુંય થયું. એટલા જ પ્રેમથી પોતાની કારમાં હોટેલ પાછો મૂકી ગયા.' એમની સરખામણીમાં દિનેશ ઉંમર, અનુભવ અને ધંધામાં નાનો, પણ આવા નામ વગરના સંબંધમાં લાગણી માપવાની ફૂટપટ્ટી ક્યાં હોય છે? ને એવી જરૂર પણ નહોતી. એક આજીવન સંબંધસેતુ બંધાઈ ગયો, જેના પાયામાં હતાં પ્રેમ, લાગણી, માનવતા અને મૈત્રી.

પોતે વિદેશથી હસ્મિતાને કરેલા ફોન સાંભર્યા. હરવખતે એ પૂછે કે કેવું રહ્યું આજ? લગભગ રોજેરોજ વાત થતી હતી, પણ હવે હસ્મિતાની યાદ વધુ આવવા માંડી. વિમાનના વાતાનુકૂલિત વાતાવરણમાં ઊંઘ વેરણ થઈ ગઈ અને આંખ સામે હસ્મિતાનો ચહેરો દેખાવા માંડ્યો. એને નિહાળવામાં જ નિદ્રાદેવીએ ક્યારે ઝડપી લીધો એની જાણ સુધ્ધાં ન થઈ.

ઘરે પહોંચતાં સાથે જ કામ વધવા માંડ્યું. રવિમામાએ બતાવેલો પ્લૉટ ખરીદી લીધો. ત્યાં પોતાનું બિલ્ડિંગ બનાવવાનું નક્કી કર્યું. નીચે વર્કશૉપ, ગોદામ ને ઉપર ઑફિસ. ધંધામાં કમાણી થવા સાથે બિલ્ડિંગનું બાંધકામ શરૂ કરી દીધું.

દિનેશની લાઇફની ગાડીએ બરાબરની સ્પીડ પકડી હતી. કામ મળતું હતું ને ધંધો જામતો હતો. હસ્મિતા સાથેનો રોમાન્સ પરવાન ચડીને આગળ વધી રહ્યો હતો. જો કે બંને હજી અવઢવમાં હતાં કે લગ્ન કરવા

ક્યારે? એકમેકના જીવનસાથી બનવા માટે બંને સંપૂર્ણપણે ગંભીર હતાં. એમાં મનમેળ કે ચર્ચાને સ્થાન નહોતું. દિનેશ-હસ્મિતાની એક જ ઇચ્છા કે બેઉનાં ફૅમિલી મળે અને સૌની રાજીખુશી અને આશીર્વાદ સાથે પ્રભુતામાં પગલાં પાડીએ.

લવસ્ટોરી એકદમ સરળતાથી આગળ વધી રહી હતી, કોઈ અવરોધ કે વિઘ્ન વગર. આગળ કોઈ મુશ્કેલી જણાતી નહોતી. અચાનક પ્રેમકથામાં અણધાર્યો ટ્વિસ્ટ આવ્યો, લવ-મૅરેજ નામનો. થયું એવું કે દિનેશના નાના ભાઈ જિજ્ઞેશે પ્રેમલગ્ન કરી લીધાં ને એ પણ પરિવારની મરજી-મંજૂરી વગર. આની સીધી અને સૌથી વધુ અસર પડી દિનેશ-હસ્મિતાના સંબંધ પર.

અત્યાર સુધી આખો કલવા પરિવાર દિનેશ-હસ્મિતાના સંબંધ માટે મોટે ભાગે રાજી હતો, પરંતુ એ ઉમળકાનું અચાનક બાષ્પીભવન થઈ ગયું. હવે નાની, મામા અને મામી દિનેશને એક જ વાત વારંવાર અને ફેરવીફેરવીને કહેવા માંડ્યાં કે ભાઈ, તું એવું ન કરીશ હોં! સદ્ભાગ્યે દિનેશના અમદાવાદમાં રહેતા પરિવાર એટલે કે પપ્પાને પક્ષે કોઈને આ સંબંધ સામે વિરોધ નહોતો.

આ બધાના સરવાળે હસ્મિતા અસલામતીની લાગણી અનુભવવા માંડી. જો દિનેશ પરિવારના દબાણમાં આવીને ફરી ગયો તો? નાનીએ કેટકેટલો પ્રેમ આપ્યો છે! મામા-મામીએ સગા દીકરાની જેમ ઉછેર્યો છે, તો દિનેશ એમની વાતમાં આવી ગયો તો મારું કોણ? મારું શું થશે? ભવિષ્યની ફિકર ન કરતાં દિનેશ વગર એકલાં જીવવાનો વિચાર જ એનાથી બરદાસ્ત થતો નહોતો. અચાનક એના સુખી દામ્પત્યજીવનનાં મીઠાં સપનાં પર કાળાં વાદળો ઘેરાતાં હોય એવું લાગ્યું. હા, હવે દિનેશ સાથે વાત કરવી જ પડશે, એકદમ સ્પષ્ટ શબ્દોમાં.

26

એ સાંજે દિનેશને લાગ્યું કે આજે હસ્મિતાનો મૂડ કંઈક અલગ છે, ખરાબ છે. દિનેશે કારણ પૂછ્યું અલગ-અલગ રીતે, પણ એ કંઈ ન બોલી. હસ્મિતા ન જવાબ આપે, ન સ્માઇલ. ક્યાંય ફરવા જવા કે હોટેલમાં ડિનર માટે જવાની ઑફર સામેય મૌન. દિનેશ સવાલો પૂછતો રહ્યો. હસ્મિતા ચૂપચાપ નીચે જોઈ રહી હતી. દિનેશે જમણા હાથથી એની હડપચી પકડીને માથું ઊંચું કર્યું, તો હસ્મિતાની આંખમાં આંસુ હતાં. એ માંડ-માંડ બોલી શકી : આપણે મૅરેજ ક્યારે કરીશું?

એક તરફ ફૅમિલીનું ટેન્શન, ધંધાની દોડધામ, નવા બંધાતા ઑફિસના મકાનની પળોજણ અને હવે હસ્મિતાનું લગ્ન માટે વધતું દબાણ. આમાંથી એકેય બાબતથી અટકી શકાય એમ નહોતું. હસ્મિતા એક જ વાત કરવા માંડી કે હવે આપણે પરણી જઈએ. દિનેશને કંઈ સૂઝતું નહોતું કે કરવું શું? અને કઈ રીતે આ સમસ્યાનો તોડ લાવવો? ખૂબ વિચાર કરતાં એક નામ સાંભર્યું : બી. આર. ગઢવી.

ગઢવી ખાસ મિત્ર. વ્યવસાયે વકીલ. દિનેશની બિલ્ડિંગમાં જ એની ઑફિસ. કામમાં થોડી નવરાશ મળે કે બહુ કંટાળો આવે ત્યારે એ પહોંચી જાય ગઢવીની ઑફિસમાં. ચાપાણી સાથે ગપ્પાબાજીની મહેફિલ જામે. દિનેશ પોતાના ધંધાની ચર્ચા કરે ને ગઢવી પાસેથી રસપૂર્વક કૉર્ટના કેસો વિશે સાંભળે. હકીકતમાં ગાંધીધામમાં દિનેશનો એકમાત્ર મિત્ર એટલે આ ઍડ્વોકેટ ગઢવી. એટલે તો ગમે ત્યારે એની ઑફિસેથી નીકળીને બંને પાણીપૂરી ખાવા જતા રહે. ગઢવીની ઑફિસમાં ટેબલ પર એક રૂબિક ક્યુબ પડ્યું જ હોય. દિનેશ જાય એટલે બધા કલર એક લાઇનમાં સરખા

કરીને જ નીકળે. ફરી જાય ત્યારે કલર વિખેરાયેલા હોય અને દિનેશ એ પઝલ ઉકેલવામાં લાગી જાય.

પરંતુ હવે દિનેશનું જીવન કોયડો બની રહ્યું હતું. જેનો ઉકેલ કેમેય મળતો નહોતો. દિનેશે પોતાની લાઇફનું રૂબિક પઝલ ગઢવીની સાથે પેશ કરી દીધું. બધું સાંભળીને ગઢવીએ પણ દિનેશ જેવો જ સૂર કાઢ્યો, ‘બધાની સંમતિથી જ લગ્ન થવાં જોઈએ. પ્રયાસ કરી જો.’

‘અરે, નાની, મામા-મામી બધાં રાજી હતાં. એક સમયે અમદાવાદના ફેમિલીનું ત્યારેય ટેન્શન નહોતું ને અત્યારેય નથી, પણ જિજ્ઞેશના ધડાકા બાદ મોટાં મામી ફરી ગયાં છે. મોટાં મામી પર મામાએ દબાણ લાવી જોયું, પણ મામીને સમાજનો ડર હતો કે કહેશે શું બધાં? નમાયા છોકરાને એવા તે કેવા સાચવ્યા કે પૂછ્યા-ગાછ્યા વગર લગ્ન કરી લીધાં? મામાએ ખૂબ પ્રયાસ કર્યા, પણ મામી ટસનાં મસ ન થયાં તે ન જ થયાં.’

દિનેશે અમદાવાદથી હમઉમ્ર કઝિન્સ અને દોસ્તોને બોલાવ્યા હસ્મિતાને મળવા. ફૈબાનો દીકરો દિનેશ, કાકાના દીકરા વિનોદ-મેહુલ અને મિત્રો અજય, દેવદત્ત, હિતેશ – બધાએ હસ્મિતાને મળીને દિનેશની પસંદગીને દિલથી વધાવી લીધી. જાણે સૌનો ઉત્સાહ કોરસ લલકારતો હતો : ‘આજ મેરે યાર કિ શાદી હૈ!’

પરંતુ દોસ્તો-પિતરાઈઓની લીલી ઝંડીથી થોડાં લગ્ન થઈ જાય? ગઢવી સાથે મળીને દિનેશે નક્કી કરી લીધું કે હવે કૉર્ટમૅરેજ એકમાત્ર ઉપાય છે. ૨૦૦૨ની સાતમી ઑક્ટોબરે ગઢવીની મદદથી દિનેશ-હસ્મિતાએ કૉર્ટમૅરેજ કરી લીધાં, કોઈને પૂછ્યા-ગાછ્યા કે કહ્યા વગર. હસ્મિતાનાં ઘરવાળાં આ સંબંધ માટે રાજી હોવા છતાં તેમને વાત કરી ને હોબાળો મચી ગયો તો? આવાં ડર અને શંકાકુશંકા વચ્ચે કોઈને કંઈ જણાવ્યું નહીં. લગ્નમાં માત્ર દિનેશ, હસ્મિતા અને ઍડ્વોકેટ ગઢવી. હા, એક અન્ય મિત્ર હરેશ જોશી ગોરમહારાજ તરીકે આવ્યા. હાશ, લગ્ન તો પતી ગયાં. હવે? બંને પોતપોતાનાં ઘરે જતાં રહ્યાં, જાણે કંઈ બન્યું જ નથી. કેટલું વિચિત્ર ને ક્રૂર! લગ્ન જાણે એક ઔપચારિકતા બન્યાં, પણ એક મહિનો રાહ જોવાનું નક્કી કર્યું હતું બંનેએ કે હજી કદાચ રાજીખુશીથી બધાં માની જાય તો ભયોભયો.

સંજોગ એવા ઊભા થયા હતા કે દિનેશ માટે લગ્ન જેવી અલૌકિક લાગણી અનુભવવાની, એમાં રમમાણ થવાની ફુરસદ નહોતી. નવી ઑફિસના બિલ્ડિંગનું કામ આગળ ધપાવવાનું હતું જોશભેર, સાથોસાથ રોજિંદા વેપારધંધાના કમઠાણ. સૌ ઇચ્છતા હતા, જેના માટે તનતોડ મહેનત કરતા હતા એ વેપાર વધવા માંડ્યો હતો. ક્યાંક ને ક્યાંક સપ્લાય પૂરી પાડવાનું ચાલતું જ હોય – મુંબઈ, ગોવા, કંડલા, ચેન્નાઈ, વિઝાગ. એક પૉર્ટથી બીજું પૉર્ટ અને બીજાથી ત્રીજું.

દિનેશ ભલે વ્યવસાયમાં ગળાડૂબ હતો, પણ મનના એક ખૂણે હસ્મિતાનું ટૅન્શન વધવા માંડ્યું હતું. કૉર્ટમૅરેજ તો કરી લીધાં, પણ હસ્મિતા હજી અસલામતીની ભાવનાથી ગ્રસ્ત હતી. શા માટે ન હોય? એક તરફ કાનૂની રાહે લગ્નગ્રંથિથી જોડાઈ ગઈ. જો હવે સામાજિક સ્વીકૃતિ ન મળે તો પોતાની હાલત કેવી થાય? કોની પાસે જવું? શું કહેવું? શું કરવું? આવા વિચાર-વલોપાત એની માનસિક શાંતિને છિન્ન-ભિન્ન કરી નાખતા હતા. એના તરંગ સીધા દિનેશ સુધી પહોંચતા હતા.

દિનેશ માટેય ધર્મયુદ્ધ જેવું થયું હતું. એક તરફ ઘરવાળાં એકદમ પોતીકાં એવાં નાની, મામા-મામી અને બીજી તરફ હસ્મિતા. એને કોઈને હરાવવાં નહોતાં, કોઈને ગુમાવવાં નહોતાં, બધાંને જીતવાં હતાં, હસતાં-હસતાં, સાથે રાખવાં હતાં. કાયમ માટે હરાવ્યા વગર જીતવાનો માર્ગ ખૂબ મુશ્કેલ છે. લાંબો પણ હોઈ શકે. દિનેશના મનમાં એક વિચાર આવ્યો, પણ એવું કરાય ખરું?

27

૮ નવેમ્બર, ૨૦૦૨. કોર્ટમૅરેજનાં બરાબર એક મહિના બાદ એક પ્રાઇવેટ કાર ભાડે કરીને દિનેશ-હસ્મિતા ગાંધીધામ છોડીને ભાગી ગયાં. એકમાત્ર બી. આર. ગઢવી આનાથી વાકેફ હતા. હોય જ ને? કારણ કે બધું આયોજન આ વકીલ-મિત્રનું. બપોરે ત્રણ વાગ્યે ગાંધીધામથી ગાડી નીકળી ગાંધીનગર ભણી.

આ એક ગાંધીથી બીજા ગાંધી ભણી હકીકતમાં લવ-યાત્રા હતી, પરંતુ આ લવ-યાત્રીઓનાં નસીબમાં તાણ અને ઉચાટ વધુ હતાં. ગાંધીનગર નિહારિકાબહેનને બધી વાત કરી રાખી હતી. આની જાણ થતાં જીજાજી નીલેશકુમારે પ્રેમાગ્રહ કર્યો કે અમારે ઘરે જ આવી જાય વરઘોડિયાં, પરંતુ દિનેશ એમ કરવાની સમસ્યાઓ જાણતો હતો. જીજાજીને માંડ-માંડ સમજાવ્યા અને ગાંધીનગરમાં કોઈ હોટેલમાં રૂમ બૂક કરાવવાની વિનંતી કરી.

નીલેશભાઈએ સારામાં સારી હોટેલમાં એ-વન રૂમ બૂક કરાવી લીધી. હોટેલ એટલા માટે જરૂરી લાગી કે હસ્મિતાની બહેન ઍડ્વોકેટ હતી અને એય પાછા ગાંધીધામના ટોચના ક્રિમિનલ લૉયર પાસે નોકરી કરતી હતી. દિનેશ નહોતો ઇચ્છતો કે સાળીસાહેબાને લીધે કોઈ ધાંધલ-ધમાલ થાય તો નિહારિકાબહેન કે નીલેશકુમાર નાહકના તકલીફમાં મુકાય.

આ કારણસર એ દિવસે બંનેએ કોઈ કરતાં કોઈને જાણ ન કરી, ઘરવાળાંને પણ નહીં. સાંજે ગાંધીનગરની હોટેલમાં પહોંચ્યાં. ગાર્ડન હોટેલ ખૂબ સુંદર હતી. એકદમ રોમૅન્ટિક માહોલ, પરંતુ આ નવદંપતીનું ધ્યાન ક્યાં આવી કોઈ વાતમાં હતું? બંને સતત તાણમાં હતાં, ઉચાટ હતો, વ્યગ્રતા હતી અને છોગામાં ફફડાટ. એક તો ઘરે જાણ કર્યા વગર નીકળી જવું,

ઑફિસમાંય કોઈને અણસાર સુધ્ધાં નહીં, એ તો ઠીક, કોઈ મિત્રને ગંધ પણ આવવા નહોતી દીધી. અમદાવાદમાં પિતરાઈ ભાઈઓ કે ગાંધીધામમાં સગાભાઈ જિજ્ઞેશનેય કંઈ જાણ નહીં.

દિનેશ-હસ્મિતાના ગાંધીનગરની હોટેલમાં પહોંચ્યાં એ અગાઉ નીલેશકુમાર ત્યાં આવી ગયા હતા. રૂમમાં લઈ ગયા, પણ બેમાંથી એકેયના ચહેરા પર ન ખુશી, ન નિરાંત. નીલેશકુમારે બહુ સમજાવ્યાં કે ધીમે-ધીમે બધાં ઘરવાળાં માની જશે, પણ દિલ હૈ કિ માનતા નહીં!

બંનેએ મોબાઇલ ફોન સ્વિચ્ડ ઑફ કરી દીધા. હિંમત જ નહોતી કોઈનો સામનો કરવાની. ફોન આવે તો કહેવું શું કે ક્યાં છીએ? ઑફિશિયલી ભલે એક મહિના અગાઉ લગ્ન કરી લીધાં હતાં, પણ એમના પ્રેમ પર, પવિત્ર સંબંધ પર પરંપરાનો ભાર હતો, રિવાજનું દબાણ હતું. સ્વજનોનો ડર લાગતો હતો. બંને એકમેક સામે નજર ચોરીને જોઈ લે, પણ એકેયમાં પ્રેમ, તડપ કે ઝંખના નહોતાં. અકળ ફફડાટ હતો. હવે શું થશેની ફિકર હતી. પરાણે ફ્રેશ થઈને માંડ-માંડ લુસ-લુસ જમ્યાં. સ્વાદ કેવો હતો એની ખબર ન પડી. યંત્રવત્ જમવાનું પતાવ્યું.

રાત પડી એટલે દિનેશ-હસ્મિતાના ઘરે અકળામણ શરૂ થઈ. આટલું મોડું થયું તોય કેમ ન આવ્યાં? સૌએ એકમેકને પૂછ્યું કે મોડા પડવાનો ફોન આવ્યો હતો? જવાબમાં બધેથી નકાર મળ્યો. તરત જ આસાન રસ્તો અપનાવ્યો, મોબાઇલ નંબર લગાવ્યો. ઓહ માય ગૉડ! ફોન તો સ્વિચ્ડ ઑફ! ચિંતા વચ્ચે મામાએ પાર્ટનરને ફોન કર્યો, તો જવાબ સાંભળીને છક થઈ ગયા : દિનેશ તો બપોરથી ઑફિસમાં દેખાયો નથી. હવે મામાને શંકા થવા માંડી. એક તરફ ચિંતા ને ઉપરથી ગુસ્સો. દિલીપમામાએ તરત જ બીજા મામાઓને બોલાવીને કહી દીધું કે આપણું બીજું શિપ પણ સેલ થઈ ગયું, અર્થાત્ બીજું જહાજ (બીજો ભાણિયો દિનેશ) પણ પૉર્ટ-બંદર (ઘર) છોડી ગયો.

આ તરફ યુવાન કપલને એક જ ફિકર કોરી ખાય કે હસ્મિતાનાં ઘરવાળાં કોઈ આકરું પગલું ન ભરે તો સારું. મોબાઇલ સ્વિચ્ડ ઑફ હતા એટલે ઘરવાળાં જેટલી ચિંતા બંનેને કે શું થઈ રહ્યું હશે? છેવટે ન રહેવાયું એટલે દિનેશે મોબાઇલ સ્વિચ ઑન કરીને ગઢવીભાઈને ફોન

કરીને પૂછપરછ આદરી. ગઢવીએ માહિતી આપી કે રાજેશમામાનો ફોન આવ્યો હતો. મેં સ્પષ્ટ શબ્દોમાં સધિયારો આપ્યો કે જરાય ચિંતા ન કરો. પોતાની મેળે પાછાં આવી જશે. જો કે દિનેશ ક્યાં છે, ક્યાં ગયો છે એની પોતાને કંઈ જાણ ન હોવાની રટ ગઢવીએ મૂકી નહીં.

બીજી તરફ હસ્મિતાની બહેન હર્ષા લગભગ સમજી ચૂકી હતી કે મામલો શો છે, પરંતુ એની સાથે રાતે વાત કરવાની હિંમત હસ્મિતામાં તો ઠીક, દિનેશમાંય નહોતી. આખી રાત જેમતેમ ટેન્શનમાં વિતાવી. સત્તાવાર લગ્નના એક મહિના પછીની પહેલી રાત આવી હોય એની કોઈનેય કલ્પના ન આવે એમ હતી. એવી એ રાત વીતી ગઈ, જેને દિનેશ-હસ્મિતા જીવનમાં ક્યારેય ભૂલી શકવાનાં નહોતાં.

સવારે તૈયાર થયાં ત્યાં જ બહેન-બનેવી આવ્યાં. નાસ્તો પતાવ્યો. દિનેશે મોબાઇલ સ્વિચ ઑન કર્યો. એને વિશ્વાસ હતો કે સૌથી પહેલો ફોન રાજેશમામાનો આવશે અને વિશ્વાસ સાચો પડ્યો. ગઢવીની ઑફિસે પહોંચી ગયેલા ચિંતાતુર રાજેશમામાને ફોન કર્યો. ઝાઝું બોલ્યા વગર ટૂંકમાં આદેશ આપ્યો, જલ્દી પાછો આવ. દિનેશને ડર સાથે ખચકાટ પણ ખરો કે હવે નાનીને ઘરે ન જવાય, એ પણ હસ્મિતાને લઈને. કદાચ કોઈ કંઈ બોલે તો ન પોતે સામે બોલી શકે કે ન હસ્મિતાને હિંમત આપી શકે. તો ગાંધીધામમાં જવું ક્યાં? રહેવું ક્યાં?

28

એક જ રસ્તો હતો. દિનેશે ગઢવીભાઈને સૂચના આપી કે અમારા માટે ઘર શોધી કાઢો. ભાડાનું ઘર શોધવાનું હતું, પણ એમ કંઈ થોડું બજારમાં મળે કે લઈ લેવાય? નાખી દેતાંય ચાર-પાંચ દિવસ લાગી શકે. ત્યાં સુધી શું કરવું? ગઢવીએ ફરી દોસ્તી નિભાવી. દિલથી આગ્રહ કર્યો કે ભાડાનું મકાન ન મળે ત્યાં સુધી મારા ઘરે જ રહેવાનું રાખો, એટલે સીધાં એમના ઘરે ગયાં.

ગઢવીનાં પત્ની રશ્મિભાભી સાથે સારી એવી ઓળખાણ, પણ રોકાવા જવું અને એ પણ આ રીતે – એનો ખચકાટ ખરો દિનેશ-હસ્મિતાના મનમાં. મકાનમાં ઉપર ભાઈ રહે અને નીચે ગઢવી. ગઢવીનો ચાર-પાંચ વર્ષનો દીકરો વત્સલ. નાનકડી ભત્રીજી આખો દિવસ ગઢવીના ઘરમાં જ કોયલની જેમ ચહકતી-ટહુકતી રહે.

રોકાણ ધારણા કરતાં લંબાયું. સાત-આઠ દિવસમાં દિનેશ હસ્મિતાને ક્યારેય પારકું ઘર ન લાગ્યું. રશ્મિભાભી ખૂબ હસમુખાં. એમના મોઢામાંથી કોઈ વાત પછી નીકળે, એ પહેલાં ચહેરા પર સ્મિત આવે ને આવે. આગતા-સ્વાગતા અને ખાવા-પીવાની વ્યવસ્થા તો અફલાતૂન, પણ રશ્મિભાભીના પ્રેમે પીગળાવી નાખ્યાં બંનેને. વત્સલ સાથેની રમત અને ભાભીના વહાલમાં હસ્મિતાનો દિવસ ક્યાં પૂરો થાય એ ખબર ન પડે.

દિનેશે સવારે ચા-નાસ્તો કરીને ઑફિસે જવાનું શરૂ કરી દીધું. ઑફિસમાં કામ વધુ હતું અને હવે ઘર શોધવાની શરૂઆત જોર પકડતી ગઈ. રાજુમામા ઑફિસે મળવા આવ્યા. એમને આવતા જોઈને દિનેશનું હૃદય જાણે એક ધબકાર ચૂકી ગયું. ચહેરા પરથી સ્પષ્ટ દેખાતું હતું કે નારાજ

છે, ગુસ્સામાં છે. શું કરશે, શું કહેશે? બધાની સામે ઑફિસમાં ન થવાનું થયું તો? મામાએ નજીક આવીને પ્રેમપૂર્વક કહ્યું : 'આવું બધું કરવાની ક્યાં જરૂર હતી? મને ટૅન્શન એક જ વાતનું છે કે તને સપૉર્ટ કઈ રીતે કરી શકાય?' દિનેશ મામાના પ્રેમને, પોતીકાંપણાને જોઈ રહ્યો. એનો આત્મા ડંખ્યો, પણ હવે શું થાય?

અંતે ગાંધીધામના લીલાશાનગરમાં ઘર મળી ગયું. વન બેડરૂમ, હૉલ, કિચન. ત્યાં જતી વખતે પગ ભારે થઈ ગયા. ગઢવી, રશ્મિભાભી, વત્સલ અને પેલી ટેણકી કેટલાં પોતીકાં લાગવા માંડ્યાં હતાં! થોડા દિવસોમાં કેટકેટલું કર્યું અમારા માટે! એમનું ઋણ ક્યારે ચૂકવી શકાશે?

દિનેશ અને હસ્મિતા નસીબદાર હતાં. એકમેકના પ્રેમમાં ગળાડૂબ હતાં. ગઢવી પરિવારનો પારાવાર સ્નેહ ને પોતીકાપણું બૉનસમાં મળ્યાં ને નાની, મામા-મામી નારાજ હોવા છતાં એમનું ખરાબ ઇચ્છતાં નહોતાં. હકીકતમાં તો એમની નારાજગીની ફિકર હતી, ચિંતા હતી. હકીકતમાં તો મા વગરના દિનેશ માટે એમણે જે કર્યું એટલું કરવાનું, પામવાનું કોઈ વિચારેય નહીં. નાની કે મામા તો ઠીક, પણ મામીઓએ ક્યારેય એક પળ પણ એવો અહેસાસ ન કરાવ્યો કે દિનેશ મામા-મામીના ઘરે રહે છે. પોતાનું જ ઘર, પોતાના જ લોકો. અને નાનીની એક વાત દિનેશને સાંભરે. એમનો સતત સ્નેહ-માતૃત્વ-નીતરતો ચહેરો, વૃદ્ધ આંખો અને ચહેરાની કરચલીમાં વાત્સલ્યની ભરતી ૨૪ × ૩૬૫ હોય જ. ક્યારેય માની કમી સાલવા ન દીધી. દિનેશને ભીંડાનું શાક અતિ પ્રિય, એટલે નાનપણથી જ નાની ભીંડાનું શાક વધારે બનાવે. દિનેશને ભાવતી ચીજો ખાસ લઈ આવે, મંગાવે અને નાનો ભાઈ જિજ્ઞેશ તો બાળપણથી જ ત્યાં રહેલો એટલે એને વધુ પ્રેમ મળ્યો હતો.

લીલાશાનગરના 'રામનિવાસ'માં શરૂઆતના દિવસોમાં દિનેશને નાની, મામા-મામી સાંભરે, તો હસ્મિતા મમ્મી, પપ્પા અને બહેનને સંભારે અને ગઢવી-રશ્મિભાભીનો પ્રેમ તો જાણે હજી શ્વાસમાં મહેકતો હતો. આ સ્નેહ-સંભારણાં વચ્ચે વાસ્તવિકતા સામે જ ઊભી હતી. ભાડાનું ઘર તો લીધું, પણ હવે એ વસાવવાનું. નાનીથી લઈને મોટી એક-એક ચીજવસ્તુ જોઈએ. ખાલી ઘર શા કામનું?

અત્યાર સુધી ધંધામાંથી વધુ રકમ ઉપાડી નહોતી. નાની પાસે દિનેશની ૫૦-૬૦ હજારની બચત પડી હતી એ રાજુમામા પાસે મંગાવી લીધી. પછી દિનેશ અને હસ્મિતાએ જરૂરી, એકદમ અનિવાર્ય હોય એવી ચીજવસ્તુની યાદી બનાવી. રસોઈની સામગ્રી, ડબ્બાડુબ્બી, ગાદલાં-ઓશીકાં અને ચાર ખુરશી. આટલું લીધા પછી નક્કી કર્યું કે હવે બાકીનું ધીમે-ધીમે વસાવીશું.

જાણે રામ-સીતા પોતાના 'રામ-નિવાસ'માં પધાર્યાં, સ્થાયી થયાં. પહેલા માળે એમની પ્રેમ-કુટિર અને નીચે મકાન-માલિકનો વસવાટ. એ જોશીપરિવારે મકાનમાં પાછળની તરફ એક સુંદર મંદિર બનાવ્યું હતું, ભગવાન રામનું મંદિર. જોશીભાઈની નાનકડી દીકરી જાગ્રતિને ધીમે હસ્મિતાની દિનેશની ગેરહાજરીથી ઊગી નીકળતી એકલતા કપાઈ જતી. મંદિરમાં અવરજવરને લીધે થોડી ચહલપહલ રહે. કેટલાક ઓળખીતાય દર્શન કરવા આવે એટલે નજર મળે. મામાના બહુ જૂના મિત્ર હરેશ વાઘેલા ૪-૫ મકાન છોડીને રહે. એમની પત્ની સાથે હસ્મિતાની દોસ્તી જામી ગઈ. સામેની તરફ રહેતી ત્રણ બહેનો મંદિરે દર્શન કરવા આવે. આ વિનીતા, બીરજુ અને કવિના સાથે હસ્મિતાની મૈત્રી જામી પડી. ત્રણેય માટે હસ્મિતા દીદી બની ગઈ.

હસ્મિતાનું 'રામનિવાસ'માં મન લાગી રહ્યું હતું ને દિનેશ ધંધામાં વધુ ને વધુ વ્યસ્ત થઈ રહ્યો હતો. એ જરૂરી હતું. અનિવાર્ય હતું. પોતાની ઑફિસનું મકાન બંધાઈ રહ્યું હતું. એના પર પણ ધ્યાન આપવું પડે ને? પાંચ-છ મહિનામાં બની ગયું. મકાનનું નામ આપ્યું 'લકી હાઉસ'! કેટલું લકી સાબિત થશે? નસીબ હવે કેવાં પત્તાં ખોલશે?

29

નવાનવા કૉન્ટ્રાક્ટ મેળવવામાં અને એમને સમયસર પૂરા કરવામાં દિનેશ દિવસરાત વ્યસ્ત રહે. ઘરે પહોંચવાનો, જમવાનો કે ખાવાપીવાનો કે ઊંઘવાનો કોઈ સમય નિશ્ચિત નહીં. ક્યારેક તો આ બધેબધું માંડી વાળવું પડે એટલી બધી દોડધામ. ઑફિસના નવા બિલ્ડિંગમાં શિફ્ટ થવા અગાઉની ઘટના આજેય 'ન ભૂતો ન ભવિષ્યતિ' લાગે છે.

ગ્રીસની એક બહુ મોટી શિપિંગ કંપની સાથે વાતચીત ચાલતી હતી. અમુક સ્પેરપાર્ટ્સ જોઈતા હતા અને ૬૦૦ કિલોવૉટનાં બે એન્જિન પણ. મોટી તક હતી, એટલો જ મોટો પડકાર! દિલીપમામા અને અલંગના કાયમી વેપારીઓ થકી ભાવ મોકલ્યા. સોદો આગળ વધ્યો, એટલે ગ્રીસવાળા ઇન્સ્પેક્શન માટે આવવાના હતા. બુકીઝ નામના એન્જિનિયર પધારવાના હતા.

મિસ્ટર બુકીઝને લઈને દિનેશ અલંગના એ વેપારી પાસે પહોંચ્યો, જેમની પાસેથી એન્જિન લેવાનાં હતાં. બુકીઝે ચીવટપૂર્વક નિરીક્ષણ કર્યું. એમની સાથે આવેલા સર્વેયરે ચકાસવાનું હતું કે એન્જિનની ક્રેન્ક-શાફ્ટમાં કોઈ ક્રેક એટલે કે તિરાડ તો નથી ને? ત્યારબાદ જ નિર્ણય લઈ શકાય કે એન્જિન વાપરવા અને ખરીદવા લાયક છે ખરું?

બે-ત્રણ દિવસના ઇન્સ્પેક્શન દરમિયાન બુકીઝે એન્જિનના ભાગ બદલવાની હિમાયત કરી. દિનેશે તરત જ કનેક્ટિંગ રોડ અને મેટલ બેરિંગ બદલાવી નાખ્યાં. આ બુકીઝ પાસેથી ઘણું શીખવા મળ્યું. આ શ્રીમાનની ઉંમર ૬૫ વર્ષથી વધુ, પરંતુ ઇન્સ્પેક્શનના કામમાં એક પણ પળ બેસવાનું નહીં, સતત ઊભા રહે, પરંતુ મોકો મળતા દિનેશ ખુરશી પર બેસી

જાય. આ જોઈને બુકીઝ મીઠો ઠપકો આપે કે તું યુવાન છે, છતાં થાકી કેમ જાય છે? મને જો! બુકીઝ અને દિનેશ વચ્ચે વેપારનો ભાર ઓછો, હૂંફાળા સંબંધ વધુ હતા. દેશી-પરદેશી, માલિક-ગ્રાહક, વૃદ્ધ-યુવાન જેવા તફાવત ક્યારેય ક્યાંય નડે નહીં. દિનેશને આ વડીલ એકદમ પ્રામાણિક, વફાદાર અને કામ પ્રત્યે અનન્ય ધગશવાળા લાગ્યા. એમની ઉંમરે પોતે આવું કરી શકશે? – એવો સવાલ આવ્યો, પણ જહાજ સાથે અથડાયેલ મોજાંમાંથી ઊછળતી વાછટે એને ક્યાંક ફંગોળી દીધો.

બેઉ વચ્ચે દોસ્તી જામતી ગઈ, પણ કામકાજમાં કોઈ સંબંધ નહીં, જરાય છૂટછાટ નહીં, કચાશ નહીં. અલંગમાં સતત ત્રણ દિવસ વીતી ગયા. બુકીઝ સાથે ઑફિસમાં બીજાં ઘણાં કામ હોવાનું દિનેશને યાદ આવ્યું, પણ ઘર ન સાંભર્યું હો! હવે દિનેશે સુનિલ બેલાણીને ઑફિસથી અલંગ બોલાવી લીધો અને પોતે ગયો ઑફિસે. આમેય બુકીઝને કંડલાબંદર લઈ જવાના હતા. એમની વધુ સ્પેરપાર્ટ્સ, સ્ટોર અને પ્રોવિઝનની જરૂરિયાતનું પણ જોવાનું હતું. બંને એન્જિનનું કામકાજ પતી જાય પછી એમને ગાંધીધામ લાવવાના હતા.

બંને એન્જિન તૈયાર થઈ ગયાં એટલે બે ટ્રેલરમાં ચડાવીને ગાંધીધામ માટે રવાના કરાયાં. જો કે ત્યારે ખબર તો ઠીક, કલ્પના સુધ્ધાં નહોતી કે ૫૫૦-૬૦૦ કિલોવૉટના એન્જિનને શહેરના કૉમર્શિયલ એરિયામાં ઉતારવા એટલે ધસમસતા તોફાની દરિયામાં સામા પ્રવાહે તરવું! ગમે તેટલું કરીએ તોય એન્જિનને ગોદામની અંદર લઈ જવાનું તો શક્ય નહોતું જ. ક્રેનની મદદથી ઊંચકીને માંડ-માંડ ઓટલા પર મુકાવ્યાં. એ સમયે કૉમર્શિયલ એરિયામાં આજની જેટલી વાહનોની ભીડભાડ નહીં, એટલે ઓટલા સુધી બે એન્જિન પહોંચી શક્યાં. હવે તો એકનોય મેળ ન ખાય.

હાશ! એન્જિન ઊતરી તો ગયાં. હવે એમને ડિસમૅન્ટલ કરવાનાં. હા, એક-એક ભાગ છૂટા પાડવાના. એન્જિનની છ હેડ વૉલ કાઢીને એમને રિ-કન્ડિશન કરવાનો પણ ઑર્ડર મળ્યો હતો અને એમને અલગ પૅક કરવાનાં હતાં. વધારાના ઘણા સ્પેરપાર્ટ્સ પણ મંગાવવાના હતા. મધદરિયે ઇમર્જન્સી થાય તો એને પહોંચી વળવા માટે એક્સ્ટ્રા સ્પેરપાર્ટ્સ રાખવા પડે.

અને એ બંને એન્જિનના એક-એક નાના-મોટા ભાગ છૂટા પાડીને

ગોદામમાં મૂકતાં તો ગોદામ આખું ભરાઈ ગયું. પગ મૂકવાનીય જગ્યા બચી નહોતી. ગોદામ નવું હોવાથી હજી દિનેશની કંપનીનો કોઈ સામાન અંદર મુકાયો નહોતો.

આ બધા વચ્ચે ખબર આવ્યા કે બુકીઝનું જહાજ કંડલાબંદરે પહોંચી ગયું છે. બધા માલસામાન માટે કસ્ટમ્સ અને પૉર્ટની મંજૂરી લેવાઈ ચૂકી હતી. દિનેશ જ્યારે જહાજ પર જઈને બુકીઝને મળ્યો ત્યારે ખબર પડી કે હવે વધુ મોટો પડકાર મોઢું ફાડીને રાહ જોઈ રહ્યો હતો. આ પડકારમાં ઘણા ચડાવ-ઉતાર હતા, નિયંત્રણ હતાં અને મર્યાદા હતી. આ કામ આટોપવા સિવાય છૂટકો નહોતો, પણ કરવું કેમ?

દિનેશના વ્યવસાયલક્ષી સવાલો વચ્ચે ઘરે હસ્મિતાની સ્થિતિ એકદમ અલગ હતી.

દિનેશ ઘરે આવવાનો હતો. હસ્મિતા ખુશખુશાલ હતી. તે જાણતી હતી કે દિનેશ ગધ્ધાવૈતરું કરે છે, પણ આટલું બધું! ન ઘર, ન ઊંઘ, ન ભૂખ કે ન પત્નીની પરવા! ગુસ્સો આવે ને દયા પણ. એને ભાવતી વાનગી બનાવી, સવારે વહેલાં ઊઠીને, રોટલીનો લોટ બાંધ્યો, પણ બનાવી નહીં. આવશે ત્યારે ખવડાવીશ ગરમાગરમ.

ગરમીને લીધે નહીં પણ નવી મુસીબતને લીધે દિનેશે માથા પરથી પરસેવો લૂછ્યો. એન્જિનનો બાકી બચેલો મોટામાં મોટો ભાગ અને અન્ય બે એન્જિનના છૂટા સ્પેરપાર્ટ્સ જહાજ પર ચડાવવાના હતા. જહાજના ચોથા-પાંચમા માળે કૅબિન્સ હોય. એમાં સૌથી ઉપર સ્કાય-હૉલ હોય, મોટું બાકોરું, જેમાંથી આકાશ દેખાય, સૂરજ દેખાય ને રાતે ચંદ્ર દેખાય, પરંતુ દિનેશને ધોળે દિવસે તારા દેખાવા માંડ્યા. આ કૅબિનના સ્કાય-હૉલમાંથી એકદમ ભોંયતળિયે આવેલા એન્જિનરૂમમાં બધાં તોતિંગ એન્જિનના સામગ્રી-સ્પેરપાર્ટ્સ પહોંચાડવાના હતા. ઉપાધિ એ હતી કે કોઈ પણ ખાનગી માલિકીની ક્રેન આટલો વજનદાર સામાન ચાર-પાંચ માળ સુધી ઊંચે લઈ જઈને ભોંયતળિયાના એન્જિનરૂમ સુધી પહોંચાડવા માટે સક્ષમ નહોતી.

એક જ ઉપાય હતો, કંડલા પૉર્ટ ટ્રસ્ટની ક્રેનની મદદ લેવી. ક્રેન બૂક કરાવી. આ ક્રેન પૉર્ટના કાર્ગો ઑપરેશનમાં લેશમાત્ર ખલેલ પડે એ રીતે દિનેશનું કામ ન કરી શકે. બરાબરના ફસાયા. આછીપાતળી તક દેખાઈ.

ક્રેનના ડ્રાઇવરની શિફ્ટની બદલી થાય ત્યારે વચ્ચે ૧૦-૧૫ મિનિટનો સમય આવે. આ ટૂંકા ગાળામાં મોટા-મોટા દાગીના ઉતાવળે પણ એકદમ સલામતી સાથે ઊંચકાવીને સ્કાય-હોલમાંથી એન્જિનરૂમમાં ઉતારી શકાય. બહુબહુ સાચવીને કરવાનું આ કામ.

દિનેશ અને સુનિલ રાતદિવસ એ જ કામમાં ગળાડૂબ. ક્યારેક સવારે સાત વાગ્યે કંડલા જાય. સમય મળે તો દોડીને ઑફિસે આંટો મારી આવે અને પાછા કંડલા આવી જાય. આખી રાત જહાજની સામે પોતાની કારમાં બેસી રહે. ખાવાપીવાનાં ઠેકાણાં નહીં. સૂધબૂધ નહીં. દિમાગમાં એક જ વાત કે ક્યારે ક્રેનનો ફૉરમૅન ફ્રી થાય અને આપણું થોડુંઘણું કામ કરાવીએ. આ શિફ્ટ-બ્રેકમાં માંડ એકાદ નંગ જહાજમાં ઉતારી શકાતું હતું. દિનેશને થયું કે આ રીતે કામ કયા ભવે પતવાનું? છેવટે કંડલામાંથી એક લેબર ટીમ ભેગી કરી. આ નવ મજૂરો થકી જહાજના અંગત ઉપયોગ માટેની નાની ક્રેનનો ઉપયોગ કરીને નાના-નાના દાગીના ઉપાડીને જહાજમાં થોડે સુધી ઉપર લઈ જઈને મૂકી દે. ત્યાંથી હાથોહાથ ઉપાડીને સ્કાય-હૉલ સુધી લઈ જાય. અંતે મોટા એવા મજબૂત રસાથી બાંધીને આ સામગ્રી સ્કાય-હૉલમાંથી નીચે એન્જિનરૂમ સુધી લઈ જવાય. આ ક્રેનની વજન ઉપાડવાની કૅપેસિટી બે ટન જેટલી હતી, પણ કામ આગળ વધાર્યા વગર છૂટકો નહોતો.

દિનેશ-સુનિલ આ ભગીરથ કામ પાછળ લાગેલા. ચીફ ભાગીદાર મહેશભાઈ મુંબઈ બંદરે અન્ય જહાજના બીજા કામમાં વ્યસ્ત હતા. દિનેશ આ મહાકાર્ય આટોપવા મથામણ કરી રહ્યો હતો ત્યાં કંડલાબંદરે બ્રિટનનું એક જહાજ આવ્યું. આ જહાજના હાઇડ્રૉલિક પમ્પની ખરાબીને લીધે ક્રેનની જીબ પડી ગઈ અને વચ્ચેથી વળી ગઈ. આ જીબને વચ્ચેથી કાપીને અદ્દલ એવી જ ડિઝાઇન અને વજનની સ્ટીલ પ્લેટને વાળીને, બ્રેક કરીને જીબને રિપેર કરવાનું કામ આવ્યું, પરંતુ મુશ્કેલી એ હતી કે જીબની લંબાઈ ૧૦૦ ફૂટથી વધારે હતી. આવી જાયન્ટ ચીજને સામાન્ય ટ્રેલરમાં લઈ જવાનું ખૂબ મુશ્કેલ હતું.

અધૂરામાં પૂરું બ્રિટનના જહાજનું ઇમ્પૉર્ટનું કાર્ગો ઑપરેશન પૂરું થઈ ચૂક્યું હતું, એટલે તેણે કંડલા બંદર છોડવાનું હતું. એ બંદરની હદની બહાર

નીકળીને દરિયામાં ઊભું રહેવાનું હતું. સદ્ભાગ્યે જહાજને એક્સપોર્ટનો કાર્ગો મળી ગયો. દિનેશે એમને સૂચન કર્યું કે અમે આ ક્રેનની જીબીને ખારા પાણીમાંથી કાઢીને લઈ જઈશું અને સમારકામ કરી લઈશું ત્યાં સુધીમાં જહાજ કાર્ગો ઑપરેશન માટે આવશે ત્યારે એનું ફિટિંગ ક્રેનમાં કરી આપીશું. એ વખતે તો હા એ હા થઈ, પણ વાતચીત કરવામાં કે સમજવામાં ક્યાંક ગોટાળો થયો હતો એની કોઈને ખબર ન પડી.

આટલી વાતચીત પતાવીને, સમજાવીને દિનેશ અને સુનિલ બુકીઝના જહાજ પર આવ્યા. ત્યાં રાતે મન થયું કે ચાલો, બ્રિટિશ જહાજ પર જઈને જોઈએ તો ખરા કે ત્યાં ચાલે છે શું? કંડલાબંદરની જેટી ઉપર ઊતરીને જોયું તો દિનેશને પોતાની આંખ પર વિશ્વાસ જ ન બેઠો. બ્રિટિશ જહાજ તો ઊપડવાની તૈયારીમાં હતું! જો જીબ ત્યાં મૂકીને જહાજ જતું રહે તો દિનેશે તરત ત્યાંથી જીબ ઉપાડી લેવી પડે, પણ કરવું કેમ? એ પણ અડધી રાતે? એક તો આ જીબ કોઈ ટ્રેલરમાં સમાય એમ નથી.

દિનેશને સૂઝતું નહોતું કે આમાં હવે કરવું શું? દિમાગ કામ કરતું નહોતું. દરિયાનાં મોજાંના ઘૂઘવાટ વચ્ચે મન-મગજ એકદમ થીજી ગયાં. આખી દુનિયાનું અંધારું એને ઘેરી વળ્યું.

30

આ અંધારા વચ્ચે મનમાં એક ઝબકારો થયો. તરત જ જહાજ પર પહોંચીને દિનેશે કૅપ્ટનને કહ્યું કે આ જીબ ઉપાડી લો. અત્યારે બહાર લઈ જવાનું અમારે માટે કોઈ સંજોગોમાં શક્ય નથી. જહાજ પર પાઇલટ આવી ગયા હતા. આ પાઇલટ એટલે કંડલા પૉર્ટના કર્મચારી, જે કિનારા પાસેના ખારા પાણીમાંથી જહાજને સલામતપણે હંકારીને દૂર લઈ જાય. જહાજ બંદર નજીક આવે ત્યારે પણ આ જાણકાર પાઇલટ પહોંચી જાય. આની પાછળ મુખ્ય ઉદ્દેશ અકસ્માત ટાળવાનો હોય. કૅપ્ટને એ જ ઘડીએ ક્રૂ મેમ્બર્સને સૂચના આપી કે ક્રેનથી જીબ ઉપાડી લો. દસ મિનિટના ઑપરેશનમાં કામ પૂરું થઈ ગયું. આ જોઈને દિનેશને ભારે નિરાંત થઈ. દિનેશ અને સુનિલ ખૂબ જ થાકી ગયા હતા. પગની પિંડીમાં અસહ્ય દુખાવો હતો. રાત-દિવસ ઊભે પગે કામ જ કર્યે રાખ્યું હતું ને?

યુ.કે.વાળું જહાજ તરતું દૂર ગયું એટલે બંને તરત જ જેટી પર આવ્યા, જ્યાં બુકીઝનું જહાજ લાંગરેલું હતું. બંને નવા કામમાં જોતરાઈ ગયા. પૉર્ટની ક્રેન ફ્રી થાય એટલે એકાદ મોટો દાગીનો ઊંચકાવીને જહાજના સ્કાય-હૉલમાંથી એન્જિન-રૂમમાં ઉતારે. કેટલાંક નંગ મોટાં હતાં, જેમનું વજન લગભગ ચાર ટન જેટલું. નાના સ્પેરપાર્ટ્સ પણ એક-બે ટન વજનના. રોજ રાત-દિવસની મથામણ બાદ બધા પાર્ટ્સ એન્જિનરૂમમાં ભેગા કર્યા. બાકીની બધી સપ્લાય પણ પહોંચાડી દેવાઈ.

આ કામગીરી ખૂબ જોખમી અને પડકારરૂપ હતી અને સાથોસાથ ઘણું શીખવી જનારીય ખરી. દરરોજ નવુંનવું શીખવા મળે, જો મન લગાવો તો. બુકીઝના જહાજનું કામ પતાવતાં મોઢે ફીણ અને પગમાં ગોટલા આવી

ગયાં, છતાં નિરાંત ક્યાં હતી? હજી તો યુ.કે.વાળા જહાજમાંથી જીબ ઉતારવાનું ભગીરથ કાર્ય બાકી હતું. આ બધામાં ઘર અને હસ્મિતાને સંભારવાનો વિચાર સુધ્ધાં મનમાં ફરકતો નહોતો.

આ નવી ચૅલેન્જ પૂરી કરવા માટે ગાંધીધામના એક વર્કશૉપને કામગીરી સોંપી. જીબને બે ટુકડા કરીને બાર્જ અને ટગ (એક પ્રકારની બોટ)માં લાવવાનું પ્લાનિંગ કર્યું, પછી દિનેશ અને સુનિલ વર્કશૉપની ટીમ સાથે ફતેહનો સંઘર્ષ કરવા નીકળી પડ્યા. ત્યાં જ જીબને કાપીને બે ટુકડામાં બાર્જમાં લઈ આવ્યા. બાર્જમાંથી ક્રેન થકી ઉપાડીને બંને તોતિંગ ટુકડા બે ટ્રેલરમાં મુકાવ્યા. આ બંને ટ્રેલર કંડલાથી ગાંધીધામના જી.આઈ.ડી.સી.માં લઈ ગયા. ત્યાં વર્કશૉપમાં કામકાજ શરૂ થઈ ગયું.

કામ આગળ વધ્યાનો કે એક તબક્કો પાર પાડવાનો સંતોષ અનુભવવાની માનસિક સ્થિતિ નહોતી. આખું શરીર તૂટતું હતું. થાક, થાક ને થાક, છતાં નિરાંત દૂર-દૂર દેખાતી નહોતી. ઉત્સાહપૂર્વક જીબને બે ટુકડામાં લઈ આવવામાં પોતે બહુ મોટી ભૂલ કરી હતી એનો અહેસાસ દિનેશને નહોતો. મુંબઈના જહાજનું કામ પતાવીને મહેશભાઈ પાછા આવી ગયા હતા, એટલે તેઓ પણ દિનેશ સાથે વર્કશૉપમાં યજ્ઞ કરતા હોય એમ બેસી રહે. જીબનો વળી ગયેલો ભાગ આખો કાપીને અલગ કરી નાખ્યો. વચ્ચે નવું સ્ટીલ નાખીને વેલ્ડિંગ થઈ ગયું. હવે આ વેલ્ડિંગ ટેસ્ટ કરવાનું હતું. ક્યાંય કચાશ, ખામી કે તિરાડ રહી ગઈ હોય તો ઉપાધિ આવે. ક્યાંય કરતાં ક્યાંય વાળ જેટલીય ક્રેક ન હોવી જોઈએ. એ ક્રેકમાં જરાય હવા હોય તો જહાજનું આવી બને, કારણ કે જહાજનો ૨૫-૩૦ ટન સામાન ઊંચકવાનું કામ આ જીબે જ કરવાનું હોય. જરાક ગફલત થઈ તો બધું ખલાસ. ઑથોરાઇઝ્ડ ટીમને રોકીને જહાજના સર્વેયરને બોલાવી લીધો. જહાજના આખી દુનિયામાં સર્વેયર હોય. આ લૉઈડના સર્વેયર મુંબઈથી આવ્યા. પૂરેપૂરા ઇન્સ્પેક્શન અને ટેસ્ટિંગ બાદ એમની સૂચના મુજબ જીબમાં નવા જૉઈન્ટ પાસે એક્સ્ટ્રા પ્લેટના ટુકડા વેલ્ડ કરીને વધારાની મજબૂતી અપાઈ. આખરે ગ્રીન સિગ્નલ મળ્યું.

પછીના પગલામાં જાણે માથા પર સો-બસો ટનનો પાણો પડ્યો હોય એવી લાગણી થઈ. પોતે કરેલી ભૂલ ડાયનોસોરનાં જડબાં ખોલીને ખાવા

ધસી આવી. આ જીબને રિપેર કરવા માટે બે ટુકડામાં લાવવી પડી હતી. એટલી મોટી જીબને એક સળંગ નંગ તરીકે પાછી જહાજ સુધી પહોંચાડવી કેમ? શહેરના અને આસપાસના મોટા-મોટા ટ્રાન્સપૉર્ટરને બોલાવ્યા, પણ બધાએ જીબ પર નજર નાખતાં સાથે જ માથું ધુણાવીને નનૈયો ભણી દીધો. પછી દિનેશ મહેશભાઈ સામે જોઈ રહે. જાણે નજર વીંધતી હોય : ભાઈ, કંઈ સમજાય ખરું કે આવું કામ કેવી રીતે થવાનું?

થોડાં મનામણાં બાદ કેટલાક ઉત્સાહી પોતાના ટ્રેલર લઈ આવ્યા. અલગઅલગ આઇડિયા અજમાવી જોયા, પણ કોઈ રીતે તોતિંગ જીબને ટ્રેલર પર ચડાવાય જ નહીં. હવે બધાના મનમાં ફફડાટ વધતો જતો હતો. જહાજ કંડલા જેટી પર કાર્ગો લોડિંગ માટે આવી ચૂક્યું હતું. અલગ-અલગ રીતે ટ્રાય કરવામાં રાતના એક-બે વાગી ગયા. અંધકાર વધી રહ્યો હતો. કમિટમૅન્ટ, ગુડવિલ, હેવી લૉસ અને આબરૂ દાવ પર લાગેલાં હતાં નિરાશાના ઘોર અંધકારનાં વાદળોમાં ક્યાંય આશાનું આગિયું દેખાતું નહોતું!

એક તરફ કોઈ ટ્રાન્સપૉર્ટર તૈયાર ન થયા, તો બીજી બાજુ જહાજવાળાએ એક જ રટણ ચાલુ રાખ્યું કે ગમે તે કરો, પણ જીબને કંડલા બંદરે પહોંચાડો. એની દલીલ સાચી હતી કે તમે જવાબદારી લીધી છે તો કામ પતાવવું પડે.

દિનેશનું માથું ફરી ગયું. એની આંખ સામે દરિયો, કંડલા બંદર, જેટી, ઘૂઘવતાં મોજાં આવન-જાવન કરવા માંડ્યાં. થોડે દૂર પાર્ક કરેલી ગાડીમાં એક ગીત વાગવાનું શરૂ થયું :

યે ગલિયાં યે ચૌબારા,
યહાં આના ન દૌબારા...

દિનેશ ટૅન્શન વચ્ચેય મલકી પડ્યો. આયાં આવ્યા વગર ક્યાં છૂટકો છે? દરિયો, જહાજ અને મોજાં મારી જિંદગી છે, સપનાં છે, સફળતાની સીડી છે.

આ કટોકટીમાં આશાનું એક નાનકડું તણખલું હાથ લાગ્યું. દિનેશ જ્યાં રહેતો હતો એ રામનિવાસના માલિકનો દીકરો જગદીશભાઈ ટ્રેલરનું કામકાજ કરે. તેણે સામેથી કૉલ આપ્યો કે આ દાગીનો ઉપાડવામાં હું તમને પૂરેપૂરો સપૉર્ટ કરીશ. મારા ટ્રેલરનો જે રીતે ઉપયોગ કરવો હોય એમ કરો, બધી

છૂટ છે તમને. અને સૌથી પહેલાં દિનેશે ટ્રેલરની આગળની કેબિન કઢાવી નાખી, છતાં જીબ રિસાયેલી પ્રેમિકાની જેમ એના પર બિરાજમાન ન જ થઈ. એક જ માર્ગ દેખાયો : આ જીબને લઈ જવી હોય તો એને જ ટ્રોલી બનાવવી પડે, એટલે ટ્રેલરની ટ્રોલી કાઢીને એના એન્જિન સાથે જોડી દીધી. વર્કશૉપની આખી ટીમ સાથે ચર્ચા કરી તેમને સૂચના આપી કે જી.આઈડી.સી.માંથી ફટાફટ આઠ ટાયરના બે જોટા લઈ આવો. લગભગ ૨૫-૩૦ હજાર ભાડું ચૂકવીને આ ટાયર મંગાવ્યાં. પછી જીબની પાછળ એટલે ઉપર-નીચે સ્ટીલના વાયર બાંધવાનું શરૂ કર્યું. જીબની આગળના ભાગમાં સ્ટીલની ચૅનલ લગાવીને સ્ટીલની પ્લેટનું વેલ્ડિંગ કરાવ્યું. એમાં એક પીન લગાવી, જે એન્જિનના ખાંચામાં બરાબર બંધબેસતી ફસાવી દીધી. હવે જીબ ટ્રેલરની જ ટ્રોલી બની ગઈ.

હવે એ ટ્રેલરને આગેકૂચ કરાવવાની હતી, પણ એ આસાન નહોતું. જાણે મદમસ્ત ઐરાવત હાથી આગળ વધતો હોય એવી આન, બાન, શાન જોઈએ ને? પ્લાન ઘડાઈ ગયો એટલે બે-ત્રણ કાર આગળ અને બે ગાડી પાછળ ચાલશે. સવારી આગળ વધવા માંડી, ત્યારે ક્યાંક ટર્નિંગ પર નાની-મોટી અડચણ હોય તો એને હટાવતા જવાનું.

બધું તૈયાર હતું ત્યાં અણધારી આફત આવી. આવું ક્યારેય જોયેલું નહીં. પોતે આ કેવી રીતે ચલાવશે? હવે કંઈ ન થવાનું થઈ ગયું તો? આવા ફફડાટનો માર્યો ટ્રેલરનો ડ્રાઇવર એકાએક ભાગી છૂટ્યો. હવે ડ્રાઇવર લાવવો ક્યાંથી? ફરી જગદીશભાઈ પ્રગટ થયા. ડ્રાઇવર હું શોધી આપીશ, આટલું બોલીને દિનેશના ભાગીદાર મહેશભાઈને લઈને ડ્રાઇવરની શોધમાં નીકળી પડ્યા. અંતે બેઉ ડ્રાઇવરને લઈને પાછા વળ્યા. એ જ લાઇનનો માણસ ને પાછો એકદમ ભડવીર. ધીમે-ધીમે સરઘસ પહોંચ્યું ખરું કંડલા બંદરે. ગેટ પર પૉર્ટ અને કસ્ટમની ઔપચારિકતા પતાવીને, અંદર પ્રવેશીને જહાજ સુધી પહોંચ્યા. ફરી એન્જિનમાંથી જીબને લાગેલી પીન અલગ કરી. આઠ ટાયરનો જોટો છૂટો કરવા સ્ટીલના વાયર ખોલી નાખ્યા.

આ બધો તામજામ જોઈને જહાજ પર હાજર સુપરિન્ટેન્ડન્ટ પણ નીચે ઊતરી આવ્યા. એમણે ફોટા પાડ્યા. દિનેશે પણ સંભારણાં રાખવાં જ પડે. જે જીબના ટ્રાન્સપોર્ટેશન માટે ૧૫-૨૦ હજાર મળવાના હતા એ

કામ પાછળ રૂપિયા દોઢ લાખ ખર્ચી કાઢ્યા હતા, પણ વિકલ્પ ક્યાં હતો? વચન તો નિભાવ્યે જ છૂટકો. એ સમયે ખર્ચ કે નફા-નુકસાનનો વિચાર ન કરાય એવી કાયમી નીતિ. સવાલ રેપ્યુટેશનનો ખરો ને?

હવે જહાજના ક્રૂએ પોતાની ક્રેનથી જીબને જહાજ પર લઈ લીધી હતી. હવે જહાજની ક્રેનમાં ફિટિંગ કરીને લૉઇડના સર્વેયર સામે ૩૦ ટન વજન ઉપાડવાની ક્ષમતાની પરીક્ષા થવાની હતી. એ ટ્રાયલ વખતે સૌ દૂર-દૂર જતા રહે, કારણ કે નાનકડી ભૂલચૂકથી જીબ નીચે આવે તો કોઈનાં હાડકાં-પાંસળાં હાથ ન લાગે! ક્રેને ૩૦ ટનનો એક પથ્થર ઊંચક્યો એટલે એમાંથી અવાજ આવવા માંડ્યો : કડ, કડ, કડ...

દિનેશની ટીમનાં મોતિયા મરી ગયાં. કોઈકના શ્વાસ વધી ગયા, તો કોઈકના ધીમા પડી ગયા. સર્વેયરે ક્રેનને ૩૬૦ ડિગ્રીમાં ફેરવવાનો આદેશ આપ્યો. સર્વેયર એક પછી એક આદેશ આપીને ટેસ્ટિંગ કરતો રહ્યો. બધાના શ્વાસ અધ્ધર, પણ સર્વેયરનું ઓ.કે. આવતાં જ સૌએ હાશકારો અનુભવ્યો. અચાનક થાક ગાયબ થઈ ગયો. ચહેરા પર સંતોષ, આંખમાં આનંદ અને ગજબનાક નિરાંતનો અહેસાસ થયો. અમૂલ્ય અનુભવનું ભાથું મેળવ્યું, જે જીવનમાં ખૂબ કામ આવવાનું હતું. પાછાં વળતી વખતે ફરી કારમાં ફિલ્મ 'પ્રેમરોગ'નું એ જ ગીત સાંભળીને દિનેશને નવાઈ લાગી:

યે ગલિયાં યે ચૌબારા,
યહાં આના ન દૌબારા...

31

નવાંસવાં લગ્ન અને કામકાજમાં અતિવ્યસ્તતા, દિનેશ અને હસ્મિતા હનીમૂન તો ઠીક, લાંબા સમય સુધી ક્યાંય ફરવા નહોતાં ગયાં. માંડ-માંડ બે દિવસ આબુ ગયાં, સાથે અમદાવાદના ફ્રેન્ડ અજયભાઈ અને મુસ્કાનભાભી આવ્યાં. ફરી કામ, વધુ ને વધુ વ્યસ્તતા. હસ્મિતા એકલી પડી જતી આખો દિવસ. ક્યારેક તો રાતેય મોડે સુધી રાહ જોતાં બેસી રહેવાનું. એની એકલતા દૂર કરવા ટીવી લીધું, ઘરનું પહેલું ટીવી. હસ્મિતાને થયું કે ગાંધીધામને બદલે આદિપુરમાં રહીએ. એના ફાયદા ઘણા હતા. હસ્મિતાનાં મમ્મી-પપ્પા આદિપુરમાં હોવાથી આસાનીથી અવરજવર થઈ શકે. ભાઈ રાજેશ અને બહેન હર્ષાને મળી શકાય અને ક્યારેક દિનેશને બહારગામ જવાનું થાય તો પિયર રહેવા જઈ શકાય. દિનેશનેય વિચાર ગમ્યો અને આદિપુરમાં મકાન જોવાનું શરૂ થયું.

એ જ દિવસોમાં દિનેશને કામ માટે મુંબઈ જવાનું થયું. મુંબઈ પૉર્ટ પર જહાજ આવવાનું હતું. મિત્ર દેવદત્ત જાની અમદાવાદથી સાથે આવ્યો. બે દિવસમાં જહાજના સપ્લાય અને રિપેરિંગનું કામકાજ પતાવ્યું. આમાં એની સાથે મોટા કાકાનો દીકરો વિનોદ શાહ ખડેપગે રહ્યો. સિવિલ ડ્રાફ્ટ્સમૅન થયા બાદ એ દિનેશ માટે મુંબઈમાં પરચેઝિંગ કામગીરી સંભાળતો હતો.

એક દિવસ દિનેશ અને દેવદત્ત ટૅક્સીમાં નીકળ્યા. એમાં ગીત વાગતું હતું : 'યે ગલિયાં યે ચૌબારા, યહાં આના ન દૌબારા...' જો કે ગીત ખૂબ ધીમા અવાજે વાગતું હતું એટલે દિનેશને ન સંભળાયું. એનું ધ્યાન બહારની ગગનચુંબી ઇમારતો તરફ હતું. એક મલ્ટિસ્ટોરી બિલ્ડિંગ તરફ આંગળી ચીંધીને દિનેશ બોલ્યો, 'એક દિવસ મારી ઑફિસનું બિલ્ડિંગ

આનાથી મોટું હશે.' દેવદત્ત ખુશીથી હસી પડ્યો અને સૂર પુરાવતા દિનેશના હાથમાં તાળી આપી. આ આનંદ વધુ ન ટક્યો.

હોટેલથી નીકળીને પૂણેના બસ-સ્ટૅન્ડ ભણી જવા ટૅક્સી કરી, પરંતુ ટૅક્સીમાં જ પર્સ અને મોબાઇલ ફોન ભુલાઈ ગયાં. ખબર પડ્યા બાદ પહેલી વાર દિનેશનો નંબર ડાયલ કર્યો, તો બૅલ વાગી અને આશા જાગી. ડ્રાઇવરે ફોન ઉપાડ્યો ને પછી કટ કરી નાખ્યો. બીજી વખત તેણે ફોન ન ઉપાડ્યો. આનો અર્થ સ્પષ્ટ થઈ ગયો. પર્સમાં વિઝિટિંગ કાર્ડ્સ, ક્રેડિટ કાર્ડ, રૂપિયા અને ડૉલર હતાં. બધેબધું ગયું અને ટૅક્સીનો નંબર બેમાંથી એકેય પાસે નહીં. નાછૂટકે ભારે હૈયે બંને પૂણેની બસમાં બેઠા.

મોબાઇલના જવા અને દિનેશના જીવવામાં ઊથલપાથલ થવા સાથે કંઈક તો સંબંધ હતો, જેની કોઈને ખબર નહોતી. હા, પૂણેમાં દિનેશને પોતાના પ્રિય ઓશોના આશ્રમમાં જવાનો મોકો મળ્યો. દિનેશ ઓશોનાં જીવન, કથન અને પ્રવચન વિશે દેવદત્ત સાથે ચર્ચા કરતો હતો ત્યારે હસ્મિતાએ આદિપુરમાં બે-ત્રણ ઘર જોઈ રાખ્યાં. પછી દિનેશ સાથે ચર્ચા કરીને આદિપુરના ૩-એ એરિયામાં એક ઘર ફાઇનલ કરી લીધું. મહિનાના આખરી દિવસો હોવાથી જૂના ઘરેથી બધો સામાન તાત્કાલિક શિફ્ટ કરવાનો નિર્ણય લીધો. દિનેશે પોતાના ઓળખાણવાળા મજૂરો અને ટૅમ્પોને મોકલી દીધા. હસ્મિતાએ નવા ભાડાના મકાનમાં સામાન શિફ્ટ કરી દીધો. દિનેશ કલવાનું સરનામું બદલાઈ ગયું, એની ગેરહાજરીમાં!

પૂણેથી મુંબઈ થઈને અમદાવાદ છોડ્યા બાદ દિનેશે પોતાના એ ઘરે જવાનું હતું, જે તેણે હજી જોયું નહોતું. હસ્મિતાએ મોકલેલ સરનામા મુજબ એ ઘણો નજીક પહોંચી ગયો, પણ મનમાં ગડ બેસતી નહોતી કે કઈ દિશામાં આગળ વધવું. રસ્તામાં એક ભાઈને ઍડ્રેસ બતાવીને પૂછ્યું કે કઈ બાજુ જઉં? એ માણસે ઍડ્રેસ વાંચીને પૂછ્યું કે કોના ઘરે જવું છે? દિનેશ મૂંઝાયો. આને કહેવું કેવી રીતે કે મારા ઘરે જવું છે? મારું જ ઘર હું શોધું છું! ઘરે પહોંચીને દિનેશ અને હસ્મિતા આ વાત પર ખૂબ હસ્યાં. પોતાના ઘરનો પત્તો બીજાને પૂછનારો દિનેશ કદાચ એકમાત્ર વીરલો હતો.

દિનેશે પોતાનું ઘર ખરીદવાને બદલે ભાડાનું લીધું એની પાછળ મુખ્ય

ઉદ્દેશ એટલો કે વધુ ને વધુ રકમનું ધંધામાં રોકાણ થાય ને વ્યવસાય હજીય વિસ્તરે. એના ભાગીદાર મહેશભાઈએ પણ એવું જ કર્યું હતું. વધુ ને વધુ સમયનું રોકાણ, પણ હસ્મિતાની જગ્યાએ બિઝનેસમાં કરવું હતું. એ વાત સાથે હસ્મિતાય સંમત થઈ. હમણાં બિઝનેસ જોરમાં છે તો કમાણી કરી લો. જાણે આનો પડઘો પડતો હોય એમ નવા દેશમાંથી ઑફર આવી. દિનેશને અર્જન્ટ કામ માટે શ્રીલંકા જવાનું હતું, પણ ઉતાવળે વિઝા ન મળ્યા.

આ અરસામાં યુરોપની કોઈ શિપિંગ કંપનીનાં કેટલાંક જહાજ દિનેશના એક મિત્ર આરી કુલુંગામાન સંભાળતા હતા. એમનીય ઇચ્છા ખરી કે દિનેશ શક્ય બને ત્યારે યુરોપ આવે તો સારું. એનાં બધો સમય, શક્તિ માત્ર ને માત્ર ધંધાના વિકાસમાં લાગેલાં હતાં. હસ્મિતા બધું જોતી હતી, સમજતી હતી અને ખુશીથી મલકાતી હતી. એની મુસ્કાનમાં થોડીક વેદના હતી, કંઈક ગુમાવવાની અવ્યક્ત પીડા હતી.

વેપાર-ધંધાની ગાંડી કરી નાખતી દોડધામ વચ્ચે ક્યારેક-ક્યારેક જ દિનેશ વહેલો ઘરે પહોંચે તો હસ્મિતા માટે કોઈ પણ દિવસ દિવાળી! અને બંને સ્નેહના અનુસંધાનરૂપે વધુ ને વધુ સમય સાથે વિતાવવા માટે મથામણ કરતાં રહે. ક્યારેક બેઉ સ્કૂટી લઈને આદિપુરનું ચક્કર મારે. એમાંય હસ્મિતાની એક શરત કે સ્કૂટી હું ચલાવીશ. દિનેશ માટે પાછળ બેસવાનું અને આ યુગલ કોઈ ચોક્કસ સ્થળે જવાને બદલે આદિપુર શહેરનું ચક્કર લગાવે. ક્યાં ગયાં, શું જોયું અને શું કર્યું એના કરતાં વધુ મહત્ત્વનું એ રહેતું કે સાથે રહ્યાં, સાથે જીવ્યાં. આ સથવારામાં ક્યારેક ફ્રૂટ-જ્યૂસની કંપની મળે.

જો કે આ શાહી સ્કૂટી-સવારીની મોજ બહુ ઓછી આવે. મોટે ભાગે તો દિનેશ એવો થાક્યોપાક્યો થઈને ઘરે આવે કે જમવાની સૂધબૂધેય ન હોય. એકદમ કાળોમેશ હોય, કપડાં એકદમ ભયંકર મેલાં-ગંદાં હોય, પણ એ એવી હાલતમાં પથારીમાં પડતો ને તરત ઊંઘી જતો. હસ્મિતા પતિને જોઈ રહે, એનાં બૂટ-મોજાં ઉતારે અને પ્રેમભર્યો આગ્રહ કરીને પોતાના હાથેથી કોળિયા મોઢામાં મૂકે. આટલું પતે એટલે દિનેશ તરત પાછો ઊંઘમાં ગરકાવ થઈ જાય.

આ રૂટિનમાં ચેન્જ આવે, પણ બહુ જ જવલ્લે. આદિપુરમાં રજા હોય તો બંને હસ્મિતાની મમ્મીને ઘરે જાય. ક્યારેક ત્યાં જમી લે. એનાં મમ્મી, પપ્પા, બહેન હર્ષા અને ભાઈ રાજેશ સાથે થોડી ગપ્પાં-ગોઠડી થાય. ક્યારેક વળી સમય સિલક બચ્યો હોય તો નાનીના ઘરે પહોંચી જાય. સમયાંતરે નાની, મામા સાથે બોલચાલ શરૂ થઈ ગઈ હતી. જેમણે દિનેશને જિવાડવા, ઉછેરવા માટે પોતાની જાત ઘસી નાખી હોય, એ ક્યાં સુધી નારાજ રહેવાનાં, દૂર રહેવાનાં? અને દિનેશ માટે તો એમનાથી અળગા રહેવાની કલ્પના જ ગૂંગળાવનારી હતી. પોતાનો અને નાના ભાઈ જિજ્ઞેશનો ઉછેર કરવામાં નાની-મામાનો કેટલો મોટો ફાળો હતો, એ દિનેશથી વધુ બીજું કોણ સમજે? એને તો આજીવન સધિયારો કે ગમે તે ઘડી અને જરૂર પડી તો મામા છે જ.

આર્થિક પળોજણના સુક્કાભઠ રણમાં આ સ્નેહ-સંબંધ મીઠા માવઠા જેવા હતા. આનાથી મળતી ઊર્જાના જોરે એ મચી પડેલો રહી શકતો હતો. સારા ચાલતા ધંધા વચ્ચે દિનેશ પોતાનાં સપનાં સાકાર કરવા માગતો હતો, પ્લાનનો અમલ કરવા આતુર હતો, પરંતુ મંજિલ એટલી બધી સરળ નહોતી! એક વખત દિનેશ ઑફિસમાં નવાસવા જોડાયેલા છોકરા રાજેશ કોરાની સાથે મુંદ્રાબંદરની મુલાકાતે જતો હતો. એ રાજેશનો ઑફિસમાં પહેલો દિવસ હતો. જહાજની મુલાકાત લઈને પાછા ફરતી વખતે ગાંધીધામથી લગભગ ૧૫ કિ.મી.ના અંતરે કંઈ ન થવાનું થઈ ગયું. ત્યાં નીચાણમાં ઝાડીઓ હતી. અચાનક એક તાતા મેટાડોર ૯૦-૧૦૦ કિ.મી.ની સ્પીડે અચાનક દિનેશની મારુતિ કાર સામે આવી ગઈ. સમયસૂચકતા વાપરીને ઘડીના છઠ્ઠા ભાગમાં દિનેશે પોતાની કારને નીચે ઉતારી દીધી. એક પળ તો દિનેશને લાગ્યું કે પૅસેન્જરથી ખીચોખીચ ભરાયેલી મેટાડોર પણ એની જ સાઇડમાં નીચે ઊતરવા માગે છે, પણ એવું ન થયું. સદ્દ્ભાગ્યે રોડની નીચે ખાડો નહોતો, પણ ત્યાં પડેલા રેતીના ઢગલામાં મારુતિ આડી પડી ગઈ અને બંને અંદર ફસાઈ ગયા. બંને માંડ-માંડ ગાડીની બહાર નીકળ્યા. થોડીવારમાં સામેથી બે દેવદૂત આવતા દેખાયા. હા, એ બંને ઓળખીતા છોકરા બાઇક પર આવતા હતા, જેમણે જહેમતપૂર્વક કારને સીધી કરી. દિનેશે સ્વસ્થ થઈને જોયું કે કારની એક સાઇડ વિન્ડો તૂટી ગઈ હતી

અને એક ટાયરની ડિશ થોડી વળી ગઈ હતી. ભારે મથામણ બાદ દિનેશ માંડ-માંડ ધીમી ગતિએ ચલાવીને ગાડી ગાંધીધામ સુધી ખેંચી ગયો. દિનેશે રાજેશ સામે જોયું ને મનોમન વિચાર્યું કે આ છોકરો આવતી કાલથી ઑફિસ આવવાનો નથી. પહેલે જ દિવસે ઍક્સિડન્ટ થાય અને માંડ જીવ બચે તો કોણ નોકરીએ આવે? પણ રાજેશ કોરાની બીજા દિવસે જ ન આવ્યો, પણ આજીવન ઑફિસ સાથે જોડાયેલો રહ્યો!

લગ્ન કે કોઈ પ્રસંગે હસ્મિતા દિનેશ સાથે એના અમદાવાદના ઘરે જતી-આવતી થઈ. શરૂઆતમાં સંકોચ અને નવા માણસો હોય એટલે એક છોકરીને હળતાંમળતાં વાર લાગે, પણ પછી મિત્રો, કાકા-કાકી અને બધાં કઝિન્સ સાથે ફાવતું ગયું, મજા આવવા માંડી. આ દરમિયાન દિનેશના નાના એટલે કે વચલા ભાઈ જીતુની ચર્ચા નીકળી. એ થોડો અસ્વસ્થ હતો, મગજ પૂરું કામ કરતું નહોતું. આ દિયરને આદિપુર લઈ જવા હસ્મિતા સંમત થઈ. શરૂઆતમાં એ દિનેશની ઑફિસે જવા માંડ્યો. પછી થયું કે એને કરિયાણાની દુકાનમાં બેસવાનો અનુભવ છે તો ત્યાં વધુ કમ્ફર્ટેબલ રહે એટલે ઓળખીતાને ત્યાં નોકરીએ રખાવ્યો. અચાનક એના દાંતમાં બહુ દુખાવો ઊપડતાં ડૉક્ટરને બતાવ્યું. ઉપર-નીચેનાં પેઢાંમાં પાયોરિયા થઈ ગયો હતો અને બંને પેઢાં મોટાં થઈ ગયાં હતાં. બે વખત ઑપરેશન કરાવ્યું. દિનેશ-હસ્મિતાના ભરપૂર પ્રયાસ, છતાં જીતુનો દિમાગ ફટકવા માંડ્યો, તે હેરાનગતિ કરવા માંડ્યો. અંતે ભારે હૃદયે નિર્ણય લેવાયો કે જીતુને આદિપુરથી પાછો અમદાવાદ મોકલી દેવો. હસ્મિતાને ન ગમ્યું, પણ આ એક સ્ત્રી તરીકેના એના ઘડતરનો, અનુભવનો ભાગ હતો. હજી તો એની ઘણી અને મોટી કસોટીઓ બાકી હતી.

32

જીતુના અમદાવાદ પાછા ફર્યા પછીના થોડા દિવસોમાં દિનેશ પોતાના વિશ્વાસુ સુનિલને મારુતિ વૅનમાં લઈને સપ્લાય પહોંચાડવા નીકળ્યો હતો. આદિપુરમાં પમ્પ પર પેટ્રોલ ભરાવ્યું ત્યારે પાછળ માલ અને મજૂર લઈને એમનો ટૅમ્પો આવતો હતો. અચાનક દિનેશને લાગ્યું કે પોતાની વૅનમાં કંઈક ભયંકર ખરાબી લાગે છે. ક્લચ છોડતાંવેંત બહુ અવાજ આવતો હતો. પાછળનું ટાયર થોડું જામ થતું હોય એવું લાગ્યું. દિનેશે નિર્ણય લીધો કે આ વૅન લઈને છેક મુંદ્રા સુધી ન જવાય. એને ક્યાંક વર્કશૉપમાં મૂકી દઈએ અને ટૅમ્પોમાં આગળ વધીએ. વર્કશૉપ સુધી પહોંચાડવા દિનેશ ગાડી ધીમે-ધીમે ચલાવવા માંડ્યો. અચાનક કારનાં પાછળનાં બંને ટાયર સજ્જડ જામ થઈ ગયાં. અંદરનો કોઈ રોડ-સળિયો તૂટી ગયો. એકાએક કાર આખી ફરી ગઈ, હવામાં ઊછળી, બે વખત પલટી ખાઈને સામેની સાઇડમાં નીચે પછડાઈ, ગુલાંટી ખાતી-ખાતી નીચે ઊતરીને બાવળના ઝાડ પાસે વિશ્રામ કરવા માંડી.

બોલીવૂડ તો ઠીક, હોલીવૂડની ઍક્શન ફિલ્મને આંટી દે એવા રિઅલ લાઇફ સીનમાં દિનેશ અને સુનિલે ગાડીને એકદમ સજ્જડ-જોરથી ટાઇટ પકડી રાખી હતી. બે-પાંચ પળ હૃદય ધબકારા ચૂકી ગયું, પણ લુચ્ચી કાર તો જાણે કંઈ ન બન્યું હોય અને પોતે સહીસલામત બંનેને મુંદ્રાથી પાછી લઈ ગઈ હોય એમ સ્વસ્થપણે નિર્દોષતાથી બાવળની બાજુમાં ઊભી રહી ગઈ. પોતે સંપૂર્ણપણે સાજાનરવા અને હેમખેમ છે એ સમજવામાંય દિનેશને થોડી વાર લાગી. બંને દરવાજો ખોલીને બહાર નીકળ્યા.

એ જ સમયે આદિપુરના પેટ્રોલપંપથી રાજદૂત પર પાછળ આવતાં

એક મિલિટરીમૅને ફાટી આંખે નિહાળ્યું કે દિનેશની કારે કેવો અફલાતૂન સ્ટન્ટ કર્યો હતો. નજીક આવીને એ પોતાની આંખ પર વિશ્વાસ નહોતો કરી શકતો કે કારની આવી અવળચંડાઈ છતાં આ બંને જીવતા છે, એકદમ વનપીસ છે! સારું થયું કે એ વખતે કોઈ નાનાં-મોટાં વાહન રોડ પર નહોતાં, નહીંતર તો આટલો ગંભીર અકસ્માત છતાં દિનેશને થતું હતું કે માલ કેવી રીતે અને ક્યારે પહોંચાડવો? પાર્ટનર મહેશભાઈને ફોનથી જાણ કરી તો એ બિચારા હાંફળાફાંફળા દોડી આવ્યા. દિનેશ-સુનિલને ઘસરકોય ન પડવાનું જાણીને તેમને સુખદ આશ્ચર્ય થયું.

તરત જ કારને ખસેડવાની સૂચના આપ્યા બાદ દિનેશ સપ્લાયની ડિલિવરી માટે નીકળી પડ્યો. દરિયામાં તરતા જહાજના ઉદ્યોગની આ જ તો ખાસિયત છે કે જમીન પર કાર્યરત માણસોને ગમે તે સંજોગોમાં સમય સાચવવો જ પડે. જો એ પહેલાં જહાજ કિનારો છોડી જાય, તો એમની ઇમેજ, ગુડવિલ, નિષ્ઠા અને કારોબારનાં બારેય વહાણ ડૂબી જાય – હાજી કાસમની વીજળીની જેમ! હા, માંગરોળ પાસે ભેદી રીતે ડૂબી ગયેલી વીજળી ઉર્ફે એસ.એલ. વૈતરણાનું એકેય લાકડું-ખપાટિયું કે પૅસેન્જરનો મૃતદેહ ક્યારેય હાથ લાગ્યાં નથી. એ વાતને તો દાયકાઓ વીતી ગયા.

સમયનો તકાજો હતો કે એ મારુતિ વૅનને હવે રજા આપી દો. વેચી નાખી, પણ એ ભૂલી ગયા કે જે કારમાં બબ્બે ભયંકર ગમખ્વાર અકસ્માત થયા છતાં દિનેશને ઉઝરડોય પડ્યો નહોતો! આ કાર કેટલી નસીબવંતી હતી એ આવનારા દિવસોમાં સમજાવાનું હતું. એ ટાઇમ અગાઉ લાઇફમાં એક નવું પ્લાનિંગ શરૂ થઈ ગયું – બાળકના આગમનનું.

લગ્નના આરંભિક દિવસોમાં દિનેશ-હસ્મિતા સંતાન માટે વિચારતાં નહોતાં, પરંતુ હવે હસ્મિતાને લાગવા માંડ્યું કે બાળક માટે વિચારીએ તો સારું. સમયસર બાળકનું પ્લાનિંગ કરવાથી એનાં લાડકોડ, ઉછેર અને શિક્ષણમાં પ્રેમ, સમય અને નાણાંનું રોકાણ કરી શકાય. સાથોસાથ પોતાની ઘરની અંદરની એકલતાને ખતમ કરી શકાય એવોય હસ્મિતાનો વિચાર ખરો. એ સમય મુજબ દિનેશનાં લગ્ન થોડાં મોડાં થયાં હતાં એટલે સમયસર બાળક આવે તો પોતાની નિવૃત્તિવય અગાઉ એને પગભર કરી શકાય એવી મા-બાપ જેવી આ યુગલનીય ઇચ્છા ખરી જ.

લગભગ જાન્યુઆરી ૨૦૦૫માં ગુડ ન્યૂસ મળ્યા કે હસ્મિતા મા બનવાની છે. બંનેની ખુશીનો પાર ન રહ્યો. કેમ ન હોય? જીવનમાં, ઘરમાં નવાં મહેમાન આવી રહ્યાં હતાં, કાયમી પરોણા, જે જીવથીય વહાલા હશે. દિનેશને બિઝનેસના કોઈ ઑર્ડર કરતાં ઈશ્વરની આ કૃપાથી સૌથી વધુ આનંદ થયો. એની સાથે રમવાના ખયાલોથી બંને રાજીનાં રેડ હતાં.

સદ્‌ભાગ્યે બંનેનું સપનું કહો કે ઇચ્છા, એકસમાન હતાં. દીકરી જોઈતી હતી. હસ્મિતાએ નામ પણ નક્કી કરી લીધું હતું – ભાર્ગવી. દીકરીના આવવા આડે હજી ઘણો સમય હતો અને એ ક્યારે કેવી રીતે કરવટ બદલવાનો છે એ કોઈ જાણતું નહોતું.

હસ્મિતાની પહેલી પ્રેગ્નન્સીના મહિના ખુશીખુશી ગણાતા હતા. એક, બે, ત્રણ. આવી ૨૦૦૫ની ૧૮મી માર્ચ. કામ રોજિંદું. જવાનું હતું અલંગ. ક્લાયન્ટ વતી સ્પેરપાર્ટ્સનું ઇન્સ્પેક્શન કરવાનું હતું. ક્યાંય કોઈ ક્રેક એટલે કે તિરાડ છે કે નહીં એ તપાસવાનું હતું. એનાં સર્ટિફિકેટ બનાવડાવીને કસ્ટમરને પહોંચાડવાનાં હતાં. ક્રેક જોવા માટે ચંદ્રસેન અને એનો સાથી છોકરો આવવાના હતા. હા, ત્રણ મેઝરમૅન્ટ લેવાનાં હતાં એ લેવા માટે શૈલેષ મોદી આવવાના હતા, પણ કોઈક કારણસર તેમનું આવવાનું ન ગોઠવાયું. દિનેશ મનોમન બોલ્યો, વાંધો નહીં, હમણાં તો હું કામચલાઉ માપ લઈ લઉં. બધું સેટ હતું. નવી બૉલેરો કારમાં નીકળવાનું હતું, પણ હસ્મિતા ખુશ નહોતી. પતિનો હાથ પ્રેમથી પકડીને એ બોલી, 'દિનેશ, આજે તમે ન જાઓ તો?' દિનેશે એના હાથ પર પોતાનો હાથ મૂક્યો, 'અરે, ક્લાયન્ટને સ્પેરપાર્ટ્સની જરૂર હોય ને મારે ઘરે બેસી રહેવાય? આવતી કાલની સાંજ સુધીમાં તો આવી જઈશ હું.'

એ સાંજ આવી, પણ દિનેશની જિંદગી બદલાઈ ગઈ. રાતના અંધકારમાં થયેલા ભીષણ અકસ્માતે એની જિંદગી બદલી નાખી. હવે તો એ ઍક્સિડન્ટ પણ ભૂતકાળ બની ગયો હતો, એવો ભૂતકાળ કે જે સતત સાથે રહેવાનો હતો ને ક્યારેય ભુલાવાનો નહોતો.

(ફ્લૅશબૅક પૂરો)

એકદમ તાજા ઘા હતા. સતત ચૂભતી વેદના હતી. લગાતાર ચાંચ મારતી ભવિષ્યની અનિશ્ચિતતા હતી. પગ નહોતા. જોમ? એ પાછું મેળવવાનું હતું.

દિનેશના લગભગ મૃતપ્રાય થઈ ગયેલા અસ્તિત્વમાં હસ્મિતાએ પ્રાણવાયુ ભર્યો. દિનેશને જીવવાનું કારણ મળ્યું. એને થયું કે મારું સર્વસ્વ લૂંટાયું નથી હજી. મારી હસ્મિતા મારી પાસે છે, મારી સાથે છે કાયમ માટે!

હવે પૂરેપૂરું ધ્યાન દિનેશની તબિયત સુધારવા પર હતું. આરંભે પરાવલંબન ખૂબ ખૂંચતું, વાગતું અને માંહ્યલાને લોહીલુહાણ કરી નાખતું. એક-એક બાબત માટે બીજા પર આધાર રાખવાનો! મન મજબૂત કરીને દિનેશે બધા વિચારોને દૂર ફંગોળી દીધા – જો કે એટલા દૂર નહીં કે પાછા ન આવી શકે. નકારાત્મક વિચારો દૂર બેઠા-બેઠા ઘૂરકિયાં કરતા હતા, બિલાડી ઉંદરના આવવાની રાહ જોતી બેઠી હોય એમ દિનેશના જરાક નબળા પડવાની રાહ જોતા હતા નકારાત્મક વિચારો.

દિનેશ મનથી મક્કમ બન્યો હતો. પ્રૉબ્લેમ તો પારાવાર હતા. ઑફિસમાં માંડ બે કલાક બેસાય, જે ધીમે-ધીમે વધારીને ચાર કલાક સુધી લઈ ગયો. શરૂઆતમાં એ સેલ્ફ-કેથેટરિંગ કરતો, એટલે કે દર બે-ત્રણ કલાકે કેથેટરની મદદથી મૂત્ર-વિસર્જન, પરંતુ આમાં વારંવાર ઇન્ફેક્શન થઈ જાય. મૂત્ર-લીકેજથી છોભીલા પડી જવાય. ઑફિસમાં ખૂબ ઑકવર્ડ લાગે. ઑફિસ સ્ટાફ દિલથી સપૉર્ટ કરે. મળ-વિસર્જનની મોટી તકલીફ. ચોક્કસ સમય નહીં. પેટમાં થોડો દુખાવો થવા માંડે એટલે ખબર પડે. એમાંય પાછો કન્ટ્રોલ ન રહે. ઘણી વખત ક્ષોભજનક સ્થિતિમાં મુકાવું પડતું. ઑફિસવાળા બાબુભાઈ કમોડ પર બેસાડી જાય. એક-એક નાની-મોટી ચીજ કે કામ માટે દિનેશે ભારે સંઘર્ષ કરવો પડતો હતો, પીડા વેઠવી પડતી હતી.

હસ્મિતાના અવિરત સાથને લીધે બંનેએ હવે ફોકસ કર્યું કે દિનેશની તબિયત કેવી રીતે સુધરે? ઇન્ટરનેટ પર સતત ખાંખાંખોળા અને પૂછપરછમાંથી કંઈક આશાનું કિરણ દેખાયું ખરું. સ્ટેમસેલ ટ્રીટમૅન્ટ. એના પર દુનિયાભરમાં સંશોધન ચાલતાં હતાં. કાનપુરના એક ડૉક્ટર નાકના સેલમાંથી સ્ટેમ બનાવીને સ્પાઇનમાં મૂકવા પર રિસર્ચ કરતા હતા. એવામાં મોટા મામા રવિમામા અને કાકા રમેશ શાહને કાનપુર જવાનું થયું. તેઓ દિનેશના બધા રિપોર્ટ્સ સાથે લઈ ગયા. ડૉકટરને મળ્યા. કેટલાક પેશન્ટ સાથે વાતો કરી. એક-બે જણે નાકના સ્ટેમમાંથી બનાવેલા સેલની ટ્રીટમૅન્ટ લીધી હતી, પણ ફાયદો નહોતો થયો. કોઈ પેશન્ટને લાભ થયો નહોતો.

સંશોધન અને પ્રયોગનો તબક્કો હતો.

પરંતુ દિનેશે આ વિષયને મનમાંથી હટવા ન દીધો. અખબારોમાં એને લગતા સમાચાર-લેખનાં કટિંગ રાખી લે. ઇન્ટરનેટ પર તે વધુ ને વધુ ઊંડો ખૂંપતો ગયો. જ્યાં સંશોધન ચાલતું હોય ત્યાં સંપર્ક સાધી પોતાના રિપોર્ટ્સ મોકલે અને વાતચીત કરે.

આ બધા વચ્ચે એક નામ નજર સામે આવ્યું : ડૉ. ગીતા શ્રોફ. એમણે જ છત્તીસગઢના ભૂતપૂર્વ મુખ્યપ્રધાન અજિત જોગીની સારવાર કરી હતી. જોગીસાહેબ પણ કાર-અકસ્માત બાદ દિનેશ જેવી સ્થિતિમાં આવી ગયા હતા. આ ડૉ. શ્રોફ નેતાજીની સ્ટેમસેલ ટ્રીટમૅન્ટ કરવાને લીધે ખાસ્સાં જાણીતાં થઈ ગયાં હતાં. મૂળભૂત રીતે તેઓ ગાયનેકૉલૉજિસ્ટ હતાં. તેઓ આઇ.વી.એફ.માં વધેલા એમ્બ્રિયોમાંથી સ્ટેમસેલ બનાવીને કરોડરજ્જુમાં ઇન્જેક્ટ કરતાં હતાં.

આ જાણીને દિનેશ-હસ્મિતાને આશા જાગી. તરત દિલ્હી જવાનું થયું. એ બંને સાથે જવા રવિમામા અને રમેશકાકાય તૈયાર થઈ ગયા. ભલે સદેહે દિલ્હી પહોંચી ગયા, પણ કોઈ ક્યાં જાણતું હતું કે અભી દિલ્હી બહુત દૂર હૈ!

33

દિલ્હી એરપોર્ટ પર તીરથકુમાર લેવા આવ્યા. તેઓ માનેલી બહેન હેમા લાલવાણીના પતિદેવ. બનેવી ખરા, પણ મિત્ર જેવા. એકદમ સહૃદયી અને ખૂબ પ્રેમાળ. જીજાજી આગ્રહ કરીને ઘરે લઈ ગયા બધાને. એમનું ઘર પહેલે માળે. તીરથકુમાર એકલા પંડે દિનેશને ઊંચકીને પહેલે માળે લઈ ગયા. એ રીતે જ નીચે ઉતારીને ડૉક્ટર પાસે લઈ ગયા.

અપૉઈન્ટમૅન્ટ મુજબ પહોંચ્યા, પણ ડૉ. ગીતા શ્રોફને મળવાનું ન થયું. માત્ર આસિસ્ટન્ટ ડૉક્ટરને મળી શકાયું. હા, ત્યાં ટ્રીટમૅન્ટ કરાવતા દર્દી દીપક બુંદવાલ સાથે મુલાકાત થઈ, થોડી વાતચીત થઈ અને એકમેકના ફોન નંબરની આપ-લે થઈ. બધાએ મળીને નક્કી કર્યું કે હમણાં સારવાર માટે આગળ વધવું નથી. વધુ રિસર્ચની રાહ જોઈએ. તરત બધા અમદાવાદ થઈને પહોંચી ગયા ગાંધીધામ.

પરંતુ સ્ટેમસેલ રિસર્ચનો કેડો ન મૂક્યો દિનેશે. વધુ બે સ્થળે આશાના દીવડા ટમટમતા દેખાયા. વિસનગરના ડૉ. અશોક પટેલ પોતે સર્જન, પણ તેમને કાર-ઍક્સિડન્ટમાં કરોડરજ્જુમાં ઈજા થઈ હતી. એમની ઈજા ખૂબ ગંભીર હતી. કરોડરજ્જુને થયેલા નુકસાનને લીધે હાથ કામ ન કરવા જોઈએ, પણ એમના હાથ તો સક્રિય હતા! અદ્‌ભુત હતું આ. ભગવાનનો ચમત્કાર જ ગણવોને આને? ડૉ. પટેલ સ્ટેમસેલ ટ્રીટમૅન્ટ માટે રશિયા ગયા હતા, બે-ત્રણ વાર. એમના રશિયાથી પાછા ફરવાની પ્રતીક્ષા કરવાની હતી. જે માણસને ક્યારેય જોયો નહોતો એની તબિયત સારી થઈ જાય એ માટે દિનેશ પ્રાર્થના કરવા મંડ્યો.

બીજું નામ સામે આવ્યું અમદાવાદના ડૉ. એચ. એલ. ત્રિવેદીનું.

અમદાવાદની સિવિલ હૉસ્પિટલના કિડની સેન્ટરમાં સક્રિય. મહાન ડૉક્ટર, વિજ્ઞાની અને ભારતના પહેલા નેફ્રોલૉજિસ્ટ એવું બધું દિનેશે જાણી લીધું. હાલ ડૉ. ત્રિવેદી સ્ટેમસેલ પર રિસર્ચ કરતા હતા. એક તો અમદાવાદ પોતાનો ગઢ અને ડૉ. ત્રિવેદી પર અવિશ્વાસ કરવાનું કોઈ કારણ નહીં.

વળી દિનેશભાઈના સંશોધન મુજબ સૌથી વધુ શક્તિશાળી સ્ટેમસેલ એટલે એમ્બ્રિયોનિક સ્ટેમસેલ જે સ્ત્રીના એમ્બ્રિયોમાંથી બનાવાય. ઑરિજિનલ એમ્બ્રિયોનિક સ્ટેમસેલ પર તો દુનિયાભરમાં પ્રતિબંધ મુકાયેલો હતો. અમેરિકામાં જ્યારે ઑરિજિનલ સ્ટેમસેલ પર રિસર્ચ ચાલતું હતું ત્યારે પ્રમુખ બુશે એક વખત વીટો પાવર વાપરીને આ પ્રતિબંધ મૂકી દીધો હતો. આ માટે નૈતિક કારણો આગળ ધરાયાં હતાં. એને મળેલી માહિતી મુજબ ઑરિજિનલ એમ્બ્રિયોનિક સ્ટેમસેલ જે મહિલાએ ગર્ભાધાન કર્યું હોય એને ૧૬ સેલ હોય. આ સેલને મેળવીને, કલ્ચર અર્થાત્ જરૂરી પ્રક્રિયા કરીને એમાંથી સ્ટેમસેલ બનાવાય.

વિજ્ઞાનીઓ દઢપણે માનતા કે જેમાંથી એક આખું માનવશરીર વિકસિત થઈ શકે એ સેલ ચોક્કસ સ્પાઇનલ કોર્ડનું સમારકામ કરી શકે. અમેરિકામાં જ આવા સંશોધન દરમિયાન ૧૮ વર્ષ અગાઉ કરોડરજ્જુને થયેલી ઈજા છતાં ચાલવાની શક્તિ પાછી મેળવવાનો કેસ બન્યો હતો, પરંતુ હવે તો એ સારવાર પ્રતિબંધિત હતી.

દિનેશને આશ્ચર્ય થતું હતું કે દુનિયામાં અનેક યુદ્ધ લડવાવાળા, લડાવવાવાળા, પેટ્રોલિયમ પેદાશો માટે અન્ય દેશોને દબાવવા પોતાની પાશવી તાકાતનો પરચો બતાવવાવાળા અમેરિકન પ્રમુખે આવા માનવસંહારને રોકવા વીટો પાવર ન વાપર્યો, પરંતુ કરોડરજ્જુની ઈજાથી પીડાઈને વ્હીલચૅર-ગ્રસ્ત થયેલા માનવીઓની સારવાર-પદ્ધતિમાં જ એમને માનવીય નૈતિક મૂલ્યોનાં દર્શન થયાં? આનો અમેરિકાના જ નહીં, વિશ્વભરના તબીબોએ વિરોધ કર્યો હતો, પણ સત્તા આગળ શાણપણનું શું ઊપજે? એટલે ઑરિજિનલ સ્ટેમસેલ વાપરી ન શકવાથી ડૉ. ત્રિવેદી એમ્બ્રિયોનિક સ્ટેમસેલ પર સંશોધન કરતા હતા. તેમણે આનો સૌપ્રથમ પ્રયોગ કિડનીના પ્રત્યારોપણમાં કર્યાનું પણ દિનેશે જાણી લીધું.

આને લીધે બહારની કિડનીને નકારવાનું ઓછું બને. દર્દીએ મોંઘીદાટ

દવા લાંબો સમય લેવી ન પડે અને પીડા ઓછી થાય. આમાં ડૉ. ત્રિવેદીને મળેલી સફળતાએ દિનેશનો ઉત્સાહ ખૂબ વધારી દીધો હતો. હવે તેઓ સ્ટેમસેલનો પ્રયોગ સ્પાઇનલ કોર્ડ અને ડાયાલિસીસના દર્દીઓ પર કરવાના હતા.

આ તરફ દિનેશ અને હસ્મિતાને પ્રતીક્ષા હતી ડૉ. અશોક પટેલના રશિયાથી પાછા ફરવાની. તેઓ માત્ર કરોડરજ્જુની પીડાથી પીડાતા દર્દી નહોતા, એક સફળ અનુભવી સર્જન હતા, એટલે એમના આ ટ્રીટમૅન્ટના અનુભવ અને અભિપ્રાયનું મૂલ્ય અદકેરું હતું. આમેય તેઓ ગુજરાતના જ નહીં, ભારતના ઘણા પેરાપ્લેજિક દર્દીઓમાં જાણીતા હતા, લોકપ્રિય હતા. યુરિન ઇન્ફેક્શન, બેડ-સોર કે કોઈ પણ પ્રૉબ્લેમ હોય, દિનેશ જેવા દર્દી ડૉ. અશોક પટેલનો સંપર્ક અવશ્ય સાધે. તેઓ કાયમ બધાને હિંમતની ગોળી આપતા, પ્રોત્સાહનનાં ઇન્જેક્શન આપતા. આ બધું દવાથી વધુ અક્સીર નીવડતું હતું. જીવવાના જોમ, જુસ્સા અને કારણનું સિંચન તેઓ કરતા હતા. એટલે ડૉ. પટેલ રશિયાથી પાછા ફર્યાની માહિતીથી દિનેશ એટલો ખુશ થઈ ગયો કે, જાણે ઈશ્વર સદેહે ધરતી પર દર્શન દેવા આવ્યા!

34

દિનેશ એકદમ તલપાપડ થયો ડૉ. અશોક પટેલને મળવા માટે, પરંતુ ડૉક્ટર લાંબા સમય બાદ રશિયાથી પાછા ફર્યા હતા એટલે એ જલદી શક્ય નહોતું. ફોન પર સંપર્ક કર્યો તો ડૉ. પટેલે માહિતી આપી કે રશિયામાં સ્ટેમસેલ ટ્રીટમૅન્ટ ખૂબ જ મોંઘી છે. તેમણે પોતે રૂ. ૪૦-૫૦ લાખ ચૂકવવા પડ્યા હતા. તેમણે સલાહ આપી કે ડૉ. એચ. એલ. ત્રિવેદી પાસે જ સારવાર કરાવાય.

બસ, પછી તો શું જોઈએ? દિનેશે નિર્ણય લઈ લીધો કે અમદાવાદમાં ડૉ. ત્રિવેદીનું કિડની સેન્ટર જ આપણું કાશી ને મથુરા. સ્ટેમસેલ ટ્રીટમૅન્ટ માટે એક ફીમેલ ડોનરની જરૂર હતી. એ મહિલા દાતાનું બ્લડ-ગ્રૂપ દિનેશના બ્લડ-ગ્રૂપ સાથે મૅચ થવું જરૂરી હતું. એ જે એમ્બ્રિયો અને બૉનમેરો આપે એમાંથી સ્ટેમસેલ બનાવવાના હતા. સદ્‌ભાગ્યે દિનેશ અને હસ્મિતાનું બ્લડ-ગ્રૂપ એક જ અને હસ્મિતા તરત જ ડોનર બનવા તૈયાર થઈ ગઈ.

આ પ્રક્રિયામાં હસ્મિતાના એમ્બ્રિયો ઇન્જેક્શન આપીને મોટા કરવાના હતા. આ માટે રોજેરોજ ઇન્જેક્શન લેવાનું હતું. અમુક દિવસ પછી એમ્બ્રિયોની સાઇઝ નિર્ધારિત પ્રમાણમાં વધે પછી એ કલેક્ટ કરવાના, એટલે કે શરીરમાંથી બહાર કાઢી લેવાના હતા અને એનો બૉનમેરો લેવાનો હતો. એનો સ્ટેમસેલ બનાવીને કલ્ચર કરવાનો હતો કે જેથી દિનેશને કોઈ આડઅસર ન થાય. હસ્મિતા માટે આ પ્રક્રિયા અત્યંત પીડાદાયક હતી. દર બે દિવસે ડૉ. ત્રિવેદીના કિડની સેન્ટરમાં જવું પડતું હતું. એ બસમાં અવરજવર કરતી હતી. દિનેશના સંજોગો સમજીને ડૉ. ત્રિવેદીએ ગાંધીધામના ડૉ. અલ્પા મહેતા સાથે વાતચીત કરી અને ત્યાં જ ઇન્જેક્શન

લઈને અમુક અલ્ટ્રાસાઉન્ડ લેવાની વ્યવસ્થા કરાવી. તોય લગભગ ૨૦-૨૫ દિવસમાં હસ્મિતાને ૧૨-૧૫ વખત અમદાવાદ અવરજવર કરવી પડતી હતી. એકલાં આવવું-જવું અને ભયંકર પીડા છતાં ન એના ચહેરા પર નારાજગી, પીડા કે કંટાળાના ભાવ. એક જ ઇચ્છા, સપનું ને પ્રાર્થના કે મારો દિનેશ સાજો થાય, પીડામુક્ત થાય અને હરતોફરતો થાય એના માટે ભલે પોતાને ગમે તેટલી પીડા-વેદના સહન કરવી પડે! હસ્મિતાના એમ્બ્રિયો અને બૉનમેરો લઈ લીધાના બે-ત્રણ દિવસ બાદ દિનેશને બોલાવાય. એ સમયે દિનેશના સ્ટેમસેલ તૈયાર જ હોય, એટલે ઑપરેશન થિયેટરમાં લઈ જઈને કરોડરજ્જુમાં ઇનજેક્ટ કરાય. દિનેશ માટે આ ઓછું પીડાદાયક નહોતું. આટલું કર્યા પછી ડૉક્ટર, દિનેશ અને હસ્મિતા આશા રાખતાં કે કરોડરજ્જુના ઇન્જેક્ટ કરાયેલા સ્ટેમસેલ જીવંત રહે અને કરોડરજ્જુના કપાઈ ગયેલા ભાગ સુધી ટ્રાવેલ કરીને એનું રિપેરિંગ કરે, એટલે આ સ્ટેમસેલને રિપેર્સ સેલ પણ કહેવાય છે.

આશાઓના ગાઢ વનરાવનમાં સિવિલ કિડની સેન્ટરનો દિનેશ બીજો દર્દી હતો. પોતાનામાં સુધારો થશે, ચોક્કસ થશે જ એવી ખાતરી સાથે ફિઝિયો, ચાલવાની પ્રૅક્ટિસ ધમધોકાર ચાલે. ક્યારેક દિનેશને મનોમન લાગતુંય ખરું કે સુધારો થઈ રહ્યો છે. આ અનુભૂતિ એને પરમ સંતોષ, તૃપ્તિ અને આનંદ આપતી હતી. મામા-મામી, ભાઈઓ સહિતનાં બધાં સંબંધીની થોકબંધ શુભેચ્છા અને આશીર્વાદ પણ કામ કરતાં હતાં કદાચ. બે-પાંચ ટકા સુધારો થયાનું લાગવા માંડ્યું એને. હવે તો સડસડાટ... પણ દિનેશના નસીબમાં કંઈ પણ આસાનીથી મેળવવાનું લખાયું જ નહોતું. જાણે દુનિયાની બધી કસોટી, પીડા અને પરીક્ષા માટે એ એકમાત્ર વ્યક્તિ હોય, એમ નવી મુસીબતે અસ્તિત્વને દરવાજે ટકોરા દીધા. પોતાની સારવાર દરમિયાન દિનેશ રોજ ઑફિસે જાય અને કામકાજ સંભાળે. ઑફિસે વધુ બેસવાને લીધે બેસવાની જગ્યાએ ડાબી બાજુએ બેડ-સોર થયો. આ ચાંભાં પડવાં ખૂબ જ ખતરનાક વસ્તુ છે. એની શરૂઆત થાય અને ખૂબ વધી જાય ત્યાં સુધી વ્યક્તિને ખબર જ પડે. આ બેડ-સોર વધવાથી ગાંધીધામમાં દર નવ દિવસે આવતા ડૉ. પીયૂષ દોશીને મળવા ગયા. તેઓ પ્લાસ્ટિક સર્જન હતા. ડૉ. દોશીએ ડ્રેસિંગ કરીને સંપૂર્ણ આરામ કરવાની સલાહ

આપી. સાથોસાથ સાફ ચેતવણી કે એક મિનિટ પણ બેસવાનું નહીં.

ફરી ઑફિસ જવાનું બંધ. દિનેશે આખો દિવસ પથારીમાં સૂઈ રહેવું પડતું. સૂતાં-સૂતાં જમવાનું, સૂતેલા રહીને જ અડધા શરીરને પથારીથી નીચે લટકાવે એટલે હસ્મિતા સ્નાન કરાવે. એટલે ડ્રૉઇંગરૂમમાં જ નહાવું પડતું. પછી હસ્મિતા આખો ડ્રૉઇંગરૂમ ધૂએ, સાફ કરે. મૂત્ર-વિસર્જન હોય કે મળ-વિસર્જન, બધેબધું પથારીમાં રહીને જ કરવાનું, એટલે પથારીમાં દિનેશ સ્કૂટરના ટાયરની ટ્યૂબમાં હવા ભરીને મૂકે કે જેથી શરીરનો અમુક ભાગ એના પર રાખી શકાય. બેડ-સોરનો ભાગ ટ્યૂબની વચ્ચે આવે એવી રીતે બેસવાનો પ્રયાસ કરે. આ રીતે ડ્રૉઇંગરૂમની બહાર ચક્કર મારવાથી ખૂબ સારું લાગતું હતું. હકીકતમાં આ સારું લાગવું એ તનનો નહીં, મનનો સંતોષ હતો. એક જ રૂમ, એક જ પથારી અને એક જ અવસ્થામાંથી મુક્ત થવાનો ક્ષણિક આનંદ હતો, પરમ આનંદ.

પરંતુ નિયતિનો ચહેરો એકદમ લાલચોળ થઈ ગયો. આનંદ, પરમ આનંદ અને એ પણ દિનેશને? ડ્રેસિંગના પંદર દિવસ બાદ ડૉ. દોશીને બતાવવા ગયા ત્યારે કોઈને નિયતિનું અટ્ટહાસ્ય સંભળાતું નહોતું પણ...

દિનેશનો બેડ-સોર ચેક કરીને ડૉ. પીયૂષ દોશીનો ચહેરો ગંભીર થઈ ગયો. બેડ-સોર અંદરના ભાગમાં ખૂબ વધી ગયો છે. આ રોગની તકલીફ થાય કે વધે છતાં દર્દીને ખબર ન પડે. ઘા એટલો મોટો થઈ ગયો હતો કે અંદર પૉકેટ મૂકી શકાય. આનો ઇલાજ એટલે ફ્લેપ સર્જરી, એક જાતની પ્લાસ્ટિક સર્જરી. વિચારવાનું એ હતું કે સર્જરી ગાંધીધામમાં કરાવવી કે વડોદરામાં?

દિનેશ સમજતો હતો કે આ ફ્લેપ સર્જરી આસાન, પીડામુક્ત કે સસ્તી નહોતી. જે ભાગમાં સર્જરી કરવાની છે ત્યાં કોઈ સન્સેશન નથી, બ્લડ સર્ક્યુલેશન થતું નથી અને મસલ્સમાં લેશમાત્ર તાકાત-શક્તિ નથી. સર્જરી ફેલ થવાના ઘણા ચાન્સ. આ બાબતે સંબંધી એવા ડૉ. દિનેશ હરાણીની સલાહ લીધી. આ જ ડૉક્ટર બધી તબીબી મુશ્કેલીમાં સતત દિનેશની સાથે રહેતા આવ્યા છે, મોટા અકસ્માતથી લઈને આજ સુધી ડૉ. હરાણી ઈ.એન.ટી. સર્જન હતા અને એમને ત્યાં ડૉ. પીયૂષ દોશી આવતા નહોતા, પરંતુ દિનેશ અંકલ પોતાનું ઑપરેશન થિયેટર પ્લાસ્ટિક

સર્જરી માટે આપવા તૈયાર થયા અને ડૉ. પીયૂષ દોશીએ પણ સહમતી દાખવી. મહત્ત્વની વાત એ હતી કે ઑપરેશન પછીના ડ્રેસિંગની જવાબદારી ડૉ. દિનેશ અંકલે લેવાની હતી. ડૉ. દિનેશ સાચા અર્થમાં અન્કલ સાબિત થયા. તેમણે ઑપરેશન થિયેટર, સ્ટાફ અને બધી વ્યવસ્થા માટે એક પણ પૈસાનો ચાર્જ ન લીધો. ઑપરેશન તો થઈ ગયું. હવે એનું હીલિંગ થાય અને એ પણ બરાબર અને પૂરેપૂરું એની રાહ જોવાની હતી. ૧૫ દિવસ પૂરા થવાની પ્રતીક્ષા વચ્ચે ચાર-પાંચ દિવસે દિનેશ ઘરે પાછો આવી ગયો.

બરાબર ૧૫ દિવસે ડૉ. પીયૂષ દોશી ચેકિંગ માટે આવ્યા. સ્વાભાવિકપણે ચિંતા હોય, હૃદયના ધબકારા વધી જ જાય. બે ટાંકામાં હીલિંગ નહોતું થયું! હવે? ઘાને ફરીથી ખોલીને બંધ કરવાનો. બીજી સર્જરી જ સમજી લો. ફરી ૧૫ દિવસની રાહ અને ડૉ. પીયૂષ દોશી ફરી ચેકિંગ કરવા આવ્યા ત્યારે એની એ જ સમસ્યા દેખાઈ. આ વખતે ડૉ. દોશીએ મક્કમપણે અભિપ્રાય આપ્યો કે વડોદરામાં જ સર્જરી કરીએ. રોજ મારી નજર સામે પેશન્ટ રહે એ જરૂરી છે.

કોઈ વિકલ્પ જ નહોતો વડોદરા જવા સિવાયનો. દિનેશે સૂતાં-સૂતાં પ્રવાસ કરવાનું અનિવાર્ય હતું, એટલે ભાઈની સાત સીટર કાર મંગાવી. આ ગાડી ચલાવવાનો હતો ધનજી બારોટ. એ જ ડ્રાઇવર, જેને લીધે દિનેશ ભયંકર અકસ્માતનો ભોગ બન્યો હતો. બારોટના બંને પગની સર્જરી થઈ હતી. એમાં સળિયા બેસાડવા પડ્યા હતા. એની બધી સારવાર, શસ્ત્રક્રિયાનો ખર્ચ દિનેશની કંપનીએ જ કર્યો. છ મહિના આરામ કર્યો, ત્યાં સુધીનો નિયમિત પગાર ચૂકવવો રહ્યો. વીમાની જે કંઈ રકમ આવી એ બધી ધનજી બારોટને જ આપી દેવાઈ. હવે ધનજી બારોટ માત્ર સાજોસમો નહોતો થઈ ગયો, ડ્રાઇવિંગ પણ કરવા માંડ્યો હતો.

એટલે દિનેશ-ધનજીની એ જ જોડી સાથે હસ્મિતા, માસિયાઈ ભાઈ નીલેશ અને મીતુની સવારી નીકળી વડોદરા જવા. હા, આ મીતુ એટલે હસ્મિતાની ખાસ ફ્રેન્ડ. એ હસ્મિતાને સપોર્ટ કરવા જોડાઈ હતી.

વડોદરાના પ્રવાસમાં દિનેશના મગજમાં વિચારોનું ઘમસાણ મચ્યું હતું : વડોદરા ઓછામાં ઓછા ૧૫-૨૦ દિવસ રોકાવું પડશે. બબ્બે ઑપરેશન ફેલ થયા બાદ હવે બધા ટાંકામાં બરાબર રૂઝ ન આવે ત્યાં સુધી ડૉક્ટર

જવા થોડા દેશે? જો ફરી ઑપરેશન સફળ ન થયું તો બેસવાની ડાબી બાજુમાં વધુ તકલીફ – આજીવન તકલીફ થઈ શકે એમ છે. જો ચાંભું ઊંડું ઊતરીને હાડકા સુધી પહોંચી જાય તો ઇન્ફેક્શન લાગી શકે. બૉન-કેન્સર પણ થઈ શકે. વિચારો ગાડીની સ્પીડ સાથે સ્પર્ધા કરતા હતા, એમાં જ દિનેશની આંખ ઘેરાવા માંડી. હાશ!

વડોદરામાં ડૉ. પીયૂષ દોશીએ બધી તૈયારી કરી રાખી હતી. બીજા જ દિવસે ઘા ફરી ખોલાયો. ઇન્ફેક્શનના ડેડ મસલ્સને દૂર કરાયા. હાડકાંને પણ સાફ કરાયું, કદાચ ચેપ લાગ્યો હોય તો. સ્વાભાવિકપણે ડૉ. દોશી હવે કોઈ જોખમ કે ચાન્સ લેવા માગતા નહોતા. ફરી ફ્લેપ સર્જરી પૂરી થઈ અને દિનેશને એના રૂમમાં શિફ્ટ કરાયો.

ડૉ. દોશીની હૉસ્પિટલમાં દિનેશે નિરાંત અનુભવી, કહો કે એને મજા આવી. બહારથી અલગ-અલગ ખાવાનું મંગાવવાની છૂટ. ડૉક્ટરની જ પ્લૅટ્સ વાપરવાની છૂટ. ફ્રિજમાંથી પાણીની બૉટલ લેવાની છૂટ. દિનેશ ગદ્ગદ થઈ ગયો કે આવા સારા ડૉક્ટર મળ્યા એટલો પોતે નસીબદાર! તેઓ દિનેશ સાથે એક મિત્ર જેવું વર્તન કરતા. દિનેશે જ નહીં, સૌએ અનુભવ્યું કે આવા બહુ ઓછા ડૉક્ટર જોવા મળે. દિનેશને એ વખતે ક્યાં ખબર હતી કે જીવનમાં હજી ઘણી વાર ડૉ. પીયૂષ દોશીની પોતાને જરૂર પડવાની છે?

35

દિનેશ માટે દુ:ખની નવાઈ નહોતી. પીડા પારાવાર હતી. એક સે બઢકર એક. આ ઝંઝાવાત વચ્ચે પોતાના મનોબળથી એ ઝઝૂમતો રહેતો હતો. એની શક્તિનો સ્રોત એટલે હસ્મિતા. હસ્મિતાના પોલાદી સાથ, સહકાર અને સ્નેહના જોરે એ આફતના દરિયામાં નકામા પગ છતાં માત્ર હાથ અને હાથના જ જોરે તરી રહ્યો હતો, જરાય થાક્યા વગર.

એક તરફ ઈશ્વર કસોટી પર કસોટી કરતો હતો ને બીજી બાજુ ડૉ. પીયૂષ દોશી જેવા અસાધારણ માણસ મોકલતો હતો. ત્રણ-ત્રણ સર્જરી છતાં પીયૂષભાઈએ એક જ વખત ચાર્જ લીધો અને એ પણ એકદમ નૉર્મલ. દિનેશને ફરી-ફરી એક જ લાગણી થતી હતી કે આવા ડૉક્ટર ભાગ્યે જ મળે છે. કદાચ એટલે જ ૧૨ દિવસના ડ્રેસિંગ અને ડૉક્ટર-હૉસ્પિટલના કર્મચારીઓનાં પ્રેમ, સાર-સંભાળ અને પ્રોફેશનલ કામથી લગભગ બધા ઘામાં રૂઝ આવી ગઈ. પોતાને પૂરેપૂરી ખાતરી અને સંતોષ થયા બાદ બાર બાર દિવસે ડૉ. દોશીએ દિનેશને હૉસ્પિટલમાંથી રજા આપી, પણ ખાસ તાકીદ સાથે કે હજી ૨-૩ મહિના બને એટલો આરામ કરવાનો જ. દિનેશે ખૂબ આગ્રહ અને વિનંતી કર્યા બાદ જ ડૉ. દોશીએ આ વખતના ઑપરેશન, દવા અને હૉસ્પિટલમાં રહેવાના પૈસા લીધા. હજી ટાંકા ખોલ્યા નહોતા, કારણ કે એના માટે ૧૦-૧૫ દિવસની વાર હતી. નક્કી એવું થયું કે પીયૂષસર ગાંધીધામ આવીને પોતે જ ટાંકા ખોલશે, ત્યાં સુધી એકદમ બેડ-રેસ્ટ.

હૉસ્પિટલમાં તો રોજ સાંજે સ્પંજ-બાથ થતો હતો. ઘરે આવીને અડધું શરીર નીચે લટકાવીને હાફ બાથની ફરી શરૂઆત થઈ. દિનેશને ઘણું સારું લાગ્યું. ઘરમાં હોવાની અને હસ્મિતાના હાથે સ્નાનની સાવ અલગ જ મજા

હતી. ગજબની તાજગી અનુભવી તેણે. આ સાથે કિડનીના ડૉક્ટરે સલાહ આપી. દિનેશની તબિયતમાં થોડોઘણો સુધારો થાય તો સ્ટેમસેલ હજી એક-બે વાર લઈ શકાય, એટલે હસ્મિતાના રોજના ગાંધીધામથી અમદાવાદના ધક્કા શરૂ થઈ ગયા. ફરીથી ઇન્જેક્શન, એમ્બ્રિયો વિકસાવવાના, બૉનમેરો લેવાનો... આ બધું નૉર્મલ નહોતું, ભયંકર પીડાદાયક હતું, પણ હસ્મિતા બધું હરફ ઉચ્ચાર્યા વગર બધું હસતે મોઢે કર્યે રાખી એનો આનંદ માણતી હતી. એક જ ખુશી કે મારો દિનેશ ફરી હાલતો-ચાલતો થઈ જશે ને એ પણ મારા સ્ટેમસેલથી! આ ફીલિંગ એવી અદ્ભુત હતી કે તે નહોતી વર્ણવી શકતી, નહોતી વ્યક્ત કરી શકતી.

પોતાને પક્ષે દિનેશે કસરત ચાલુ કરી દીધી, ફિઝિયોથૅરપી પણ. આને લીધે બે ચાંભાંથી શસ્ત્રક્રિયાનું પૂરું વ્યવસ્થિત હીલિંગ થાય, બ્લડ-સર્ક્યુલેશન બરાબર થાય, ફરી બેસવાની જગ્યા મજબૂત થાય અને એ બધાથી સ્ટેમસેલ ટ્રીટમૅન્ટનો લાભ થાય. તકેદારી ખૂબ જરૂરી હતી, કારણ કે ઇન્ફેક્શન ન હોય તો સ્ટેમસેલ ટ્રીટમૅન્ટ સફળ થવાના ચાન્સ વધી જાય. આ બધી આશા હતી, અપેક્ષા હતી. હકીકતમાં તો સ્ટેમસેલ પર સંશોધન જ ચાલતું હતું. હજી કોઈ નક્કર પૉઝિટિવ રિઝલ્ટ આવ્યાં નહોતાં. દુનિયાભરના દિનેશ જેવા પેરાપ્લેજિક માટે આ રિસર્ચ આશાનું એકમાત્ર કિરણ હતું. કેટકેટલાય દિનેશોએ સંશોધનનો ભાગ બનવાનું હતું. પોતાના પર પ્રયોગ પછી પ્રયોગ થવા દેવાના હતા. તો જ રિઝલ્ટ મળે ને?

દસ દિવસ બાદ ડૉ. પીયૂષ કચ્છની ટ્રીપ પર નીકળ્યા. તેઓ ખુદ દિનેશના ઘરે ગયા. દિનેશને ચેક કરીને તેમણે નિરાંત અનુભવી, ખુશી વ્યક્ત કરી કે બધું વ્યવસ્થિત છે. તેમણે થોડા ટાંકા કાઢી નાખ્યા ને બાકીના ટાંકા થોડા દિવસમાં ડૉ. ચેતન વોરા પાસે કઢાવી લેવાની સલાહ આપી. દિનેશ-હસ્મિતાની ખુશીનો પાર ન રહ્યો.

હસ્મિતાના ગાંધીધામ-અમદાવાદ-ગાંધીધામના આંટાફેરા ચાલુ જ હતા. આમાં હસ્મિતાએ ત્રણ વખત લગભગ આઈ.વી.એફ. જેવી જ ટ્રીટમૅન્ટ લીધી. દિનેશને અકસ્માત બાદ કમર એટલે કે નાભિ નીચે જરાય સેન્સેશન કે ચેતના નહોતી કે પાવર નહોતો. સ્ટૂલ-યુરિન-પાસિંગની જાણ થતી નહોતી. હવે સેન્સેશનવાળો વિસ્તાર થોડો વધી ગયો, કહો કે જાંઘ સુધી

પહોંચ્યો. પેટમાં દુખાવાની ખબર પડવા માંડી. પગમાં ક્યાંક ને ક્યારેક ઝણઝણાટી અનુભવવા માંડ્યો.

લાગતું હતું કે ૫-૧૦ ટકા સુધારો થયો. હજી વધુ સારા પરિણામ માટે એક્સરસાઇઝ-ફિઝિયોથૅરપી ચાલતી હતી, કેલિપર પહેરીને ચાલવાની પ્રૅક્ટિસ પણ, આ હલનચલનમાં થોડો સુધારો લાગતો હતો, પણ ચાલવામાં મદદ મળે એટલો સુધારો નહીં જ.

તો આગળ કરવું શું હવે? ઓછા સમયમાં ત્રણ-ત્રણ વાર હસ્મિતાએ એમ્બ્રિયો આપવા માટે હૉર્મોન્સનાં ઇન્જેક્શન લીધાં હતાં. એના એગ્સના કાઉન્ટ ઘટવા માંડ્યા હતા, જે એની તબિયત માટે સારું નહોતું. એટલે બંનેએ નક્કી કર્યું કે આ ટ્રીટમૅન્ટ બંધ કરી દઈએ. સમયાંતરે બંનેના મગજમાં એક નવા વિચારે જન્મ લીધો, જેનાથી બંને એટલાં બધાં રોમાંચિત થઈ ગયાં કે ન પૂછો વાત.

દિનેશ અને હસ્મિતાએ જે માર્ગ પર આગળ વધવાનું નક્કી કર્યું એ કલ્પનાતીત હતું. કોઈને પણ અશક્ય લાગે. સવાલો ઊઠશે કે આવી મૂર્ખાઈ કરાય? જરાકેય વિચાર ન કર્યો? કોઈક હસશે, કોઈક રડશે, કોઈક મેણાંટોણાં મારશે. જે દિશામાં જવાનું જ ન હોય ત્યાં ધસી જવું એ તો નરી મૂર્ખાઈ કહેવાય મૂર્ખાઈ! કોઈકે દિનેશને ખૂણામાં લઈ જઈને ખચકાવ્યો, કોઈકે હસ્મિતાને રસોડાના સિન્ક પાસે ખેંચી જઈને સમજાવી. બેમાંથી એકેય ટસનાં મસ ન થયાં. ન કોઈનું સાંભળ્યું, ન કોઈનું માન્યું.

બંનેએ મનોમન નક્કી કરી લીધું હતું કે અમારા ઘરમાં બાળક જોઈએ, હા, પોતાનું બાળક. દિનેશનું શરીર કમર નીચેથી લગભગ નિશ્ચેતન અવસ્થામાં હતું. કલવા કપલ જાણતું હતું કે પોતાના માટે હવે એકમાત્ર આશા હતી કૃત્રિમ ગર્ભાધાન. આઇ.વી.એફ. એટલે કે ઇન વિટ્રો ફર્ટિલાઇઝેશન.

હા, દિનેશ અને હસ્મિતા પોતાના સંસારમાં અલ્પ દિવસ માટે ખીલેલા પુષ્પને વીસરી શકતાં નહોતાં. ભાર્ગવીની યાદ આવે ત્યારે કાળજું કોરાઈ જતું હતું. બંનેની એક જ આશા, ઇચ્છા ને પ્રાર્થના કે દીકરી પાછી આવે જીવનમાં! એકમાત્ર ઉપલબ્ધ આઇ.વી.એફ.નો આશરો હતો, પહેલો અને આખરી આધાર, પણ દિનેશને ક્યાં, ક્યારેય કંઈ આસાનીથી મળ્યું હતું કે આ વખતે મળે?

સંતાન-પ્રાપ્તિના નિર્ણયના થોડા દિવસ અગાઉ જ દિનેશને ભયંકર પ્રમાણમાં યુરિન ઇન્ફેક્શન થયું હતું જેની ટ્રીટમૅન્ટ પાંચ દિવસ સુધી ડૉ. દિપક ભાલાણી પાસે લીધેલી. વધુ ઇન્ફેક્શન હોવાના કારણે ત્યાંથી સ્પર્મ-વીર્ય લેવાનું શક્ય નહોતું. કોઈ તબીબી કે વિજ્ઞાની જાણકારીના અભાવ છતાં ન જાણે કેમ દિનેશને આશા હતી કે ઇન્ફેક્શનવાળા માર્ગ સિવાય પણ બીજી રીતે વીર્ય લેવાતું હશે!

આ સમયે જ જાણે રસ્તો બતાવવા આવી ગયાં પીન્ટુબહેન. હા, દિનેશનાં માનીતાં અને ખૂબ વહાલાં નિહારિકાબહેન. તેમને આઇ.વી.એફ.નો અનુભવ નહોતો, પણ આઇ.યુ.આઈ.ની ટ્રીટમૅન્ટ કરાવી હતી અને એ પણ સફળ અને સુખદ પરિણામ સાથે. અમદાવાદની જાણીતી મેફ્લાવર હૉસ્પિટલના ડૉ. સંજય પટેલ પર પીન્ટુબહેનને ભારોભાર વિશ્વાસ અને એટલો જ વિશ્વાસ દિનેશને બહેન પર હતો. પીન્ટુબહેનને વાત કરી કે તરત જ અપૉઈન્ટમૅન્ટ લેવાઈ ગઈ. તાત્કાલિક બહેનની સાથે બંને ડૉ. પટેલને મળ્યાં. સદ્ભાગ્યે, હસ્મિતાના બધા રિપોર્ટ્સ નૉર્મલ આવ્યા, પરંતુ દિનેશને ફિકર હતી કે ચેપને લીધે પોતાના શુક્રાણુ લેવાની કોઈ અન્ય ટેકનિક હશે ખરી? ડૉ. સંજય પટેલે હસ્મિતાને તરત જ ગ્રીન સિગ્નલ આપી દીધું, પછી દિનેશ સામે જોયું. અકળાવનારી પળો હતી દિનેશ માટે. ડૉ. પટેલે કહ્યું, નવી ટેકનૉલૉજીથી સિમેન લઈ શકાશે. એના માટે ખાસ મુંબઈથી ડૉક્ટરને બોલાવી લઈશું.

એક પળ દિનેશ માટે આખેઆખું વિશ્વ અને પોતાના શ્વાસ પણ જાણે થંભી ગયા. એને પોતાના નસીબ પર, કાન પર વિશ્વાસ બેસતો નહોતો. ડૉ. સંજય પટેલે હસીને કહ્યું, ૧૫ દિવસ પછી મળીએ. અને બે અઠવાડિયાં પછી મુંબઈના એ સ્પેશ્યાલિસ્ટે નવી ટેકનિકથી દિનેશના શુક્રાણુ કલેક્ટ કર્યા. ટેસ્ટ પછી રિઝલ્ટની પ્રતીક્ષા હતી. પરિણામ આવી ગયું. ઑલ પરફેક્ટ!

ડૉ. પટેલે વધુ એક ઉત્સાહવર્ધક સૂચન કર્યું. દિનેશના ઇન્ફેક્શનમાં ઝડપી સુધારો હતો, એટલે થોડા સમય બાદ કુદરતી રીતેય પ્રયાસ કરી જોવાય, પરંતુ ન તો દિનેશ કે ન તો હસ્મિતા હવે જરાય રાહ જોવાના મૂડમાં હતાં. બંનેએ નક્કી કરી લીધું અને ડૉક્ટરને કહી દીધું કે બને એટલી જલદી ટ્રીટમૅન્ટ શરૂ કરી દો.

હસ્મિતાના આગામી માસિક ધર્મની સાયકલથી સારવાર શરૂ થઈ ગઈ. એને હૉર્મોન્સનાં ઇન્જેકશન આપવા માંડ્યાં. આ સારવાર બિલકુલ સ્ટેમસેલ ટ્રીટમૅન્ટ જેવી હતી. આ તરફ દિનેશે ઑફિસ જવાનું ચાલુ રાખ્યું, સાથોસાથ ફિઝિયોથૅરપી અને કેલિપર પહેરીને ચાલવાની પ્રૅક્ટિસ ચાલતી હતી.

બંને હોશમાં, જોશમાં ને ખુશીમાં હતાં. પોતે કંઈક અલગ કરવા જઈ રહ્યાનો અહેસાસ હતો. ફરી હસ્મિતાનાં અમદાવાદનાં ચક્કર ચાલુ થઈ ગયાં. સદ્ભાગ્યે નિહારિકાબહેન સતત સાથે ને સાથે હોય. જીજાજી નીલેશકુમારનો પણ મહત્ત્વનો ફાળો. અચાનક એક નવી મદદ મળી ગઈ. ડૉ. સંજય પટેલને વિસનગરના ડૉ. અશોક પટેલ સાથે સારી ઓળખાણ. આ ટ્રીટમૅન્ટની ખબર પડતાંવેંત ડૉ. અશોક પટેલે સામેથી ડૉ. સંજય પટેલને ફોન કરીને દિનેશ-હસ્મિતા માટે ખાસ ભલામણ કરી. જો કે અગાઉથી જ ડૉ. સંજય પટેલ અને એમની ટીમનાં ડૉ. જયા અને ડૉ. અંજના ખૂબ દરકાર-સંભાળ રાખતાં જ હતાં.

અને ડૉ. સંજય પટેલ તો દિનેશ સાથે મિત્ર અને ભાઈની જેમ વર્તતા હતા. દિનેશ અમદાવાદ જાય કે ગાંધીધામ રહે, એને હસ્મિતાની જરાય ચિંતા નહોતી. ડૉ. સંજય પટેલે જ ખાતરી આપી હતી કે હસ્મિતાની ફિકર છોડી દે, એને અમે જોઈ લઈશું. ખૂબ મોટા-નામાંકિત ડૉક્ટર અને જાણીતી હૉસ્પિટલ છતાં ડૉ. સંજય પટેલના સાલસ – મળતાવડા સ્વભાવથી લાગે નહીં કે તેઓ માત્ર પૈસા માટે કામ કરતા હોય.

વિધિની ક્રૂરતા સામે મહેરબાનીય ખરી. એક પછી એક આફતો મોકલી તો એનું પગલું દાબતાં-દાબતાં ફરિશ્તા જેવા ડૉક્ટરોને પણ રવાના કર્યા. દિનેશે જોયું કે આ ડૉક્ટર તો કેટલાક પેશન્ટને સધિયારો આપતા કે આઇ.વી.એફ.ની જરૂર નથી, નૉર્મલ રીતે કન્સીવ થઈ જશે. તમારા ભગવાનમાં શ્રદ્ધા રાખો. તેઓ પૈસામાં નહીં, પરિણામમાં અને દર્દીના હિતમાં માનતા હતા.

36

દિનેશ ખુશખુશાલ, હસ્મિતા ઉત્સાહી અને ડૉક્ટરની તો વાત જ ન પૂછો. હસ્મિતાનો ઇન્જેક્શનનો કોર્સ પૂરો થયા પછી ખબર પડી કે એના ઓવમ એટલે અંડકોષ પ્રમાણમાં નાના હતા. હવે વધારે ઇન્જેક્શન આપવાનું શક્ય નહોતું. આમ કરવાથી સફળતાની તક ઘટી જતી હતી. આ અંડના કદ અને ગુણવત્તા પર બાળકનો જન્મ અવલંબે છે. આ બધાને ધ્યાનમાં રાખતાં ડૉ. સંજય પટેલ એવા અભિપ્રાય પર આવ્યા કે હવે બાકીની ટ્રીટમૅન્ટ ન કરીએ. આનાથી ખર્ચ બચી જશે.

આ ચર્ચા વખતે દિનેશ ગાંધીધામમાં હતો અને હસ્મિતા અમદાવાદની મેફ્લાવર હૉસ્પિટલમાં. ડૉ. સંજયની ટીમના ડૉ. જયા અને ડૉ. અંજનાએ હસ્મિતાને ટ્રીટમૅન્ટ ચાલુ રાખવા પ્રેમપૂર્વક-ભારપૂર્વક આગ્રહ કર્યો. હસ્મિતા શું નિર્ણય લે બિચારી! તેણે ફોન કરીને દિનેશને પૂછી જોવાની ઇચ્છા વ્યક્ત કરી. ખુદ ડૉ. સંજય પટેલે દિનેશને ફોન કરીને બધી સ્થિતિ અને શક્યતાની ચર્ચા કરી. પછી સવાલ કર્યો કે આગળ શું કરવું? દિનેશે એક પળનોય વિચાર કર્યા વગર કહી દીધું કે સારવાર ચાલુ રાખવી છે. ડૉક્ટરસાહેબ, આપ આપની બેસ્ટ ટ્રાય ચાલુ રાખો. બાકી બધું જોયું જશે. અને એકથી બે દિવસના ડોઝથી હસ્મિતાના અંડની સાઇઝ અપેક્ષા જેટલી થઈ પણ ગઈ! આમાંથી ૩-૪ અંડને એના કદ અને ગુણવત્તાને આધારે અલગ સંગ્રહી રખાયા. ફરી દિનેશને શુક્રાણુ આપવા માટે બોલાવાયો. આ વખતે મુંબઈના સ્પેશ્યાલિસ્ટ ડૉક્ટર હાજર. આ બંને લઈ લીધા પછી હસ્મિતા-દિનેશને રજા અપાઈ.

ત્યારબાદની પ્રક્રિયા વિશે દિનેશે પૂછ્યું, વાંચ્યું અને સમજવાના પ્રયાસ

કર્યા પછી બહુ ઓછું દિમાગમાં ઊતર્યું. એના દિમાગમાં આછીપાતળી એવી વાત ઊતરી કે અંડકોષ અને શુક્રાણુ પર કંઈક પ્રક્રિયા કરીને ફર્ટિલિટી માટે મુકાય છે, પછી એમાંથી બે સારામાં સારા ગ્રેડવાળા અંડનું ફરી સ્ત્રીગર્ભમાં પ્રત્યારોપણ થાય એટલે ઇમ્પ્લાન્ટ કરાય, એટલે હસ્મિતાને ફરી બોલાવાશે. આ ઇમ્પ્લાન્ટ અંગે ડૉ. સંજય પટેલે પ્રેમથી કહ્યું, પછી અમારું કામ પૂરું થયું. તમારે આરામ કરવાનો અને ભગવાનનું નામ લેવાનું.

જીવનની બહુ મોટી પરીક્ષા હતી આ થકવનારી, અકળાવનારી અને મૂંઝવનારી. આનું પરિણામ ભાવિ જીવનનો, સુખનો અને કદાચ હસ્મિતાનો આધાર હતું. ઘણા કેસમાં નિષ્ફળતા સંબંધનો કોળિયો કરી જાય છે.

દિનેશ અને હસ્મિતાએ નક્કી કર્યું કે ક્યાંક ફ્રેશ થવા જઈએ, ફરી ન જાણે ક્યારે મોકળાશ મળે. કદાચ પરીક્ષા પહેલાંનો બોજ સહેવાતો નહોતો, કોઈને કહેવાતો નહોતો. સ્થળ-પરિવર્તનની જરૂર હતી. માહોલ બદલાય ને? માનવમેળાની જરૂર હતી. હૃદયના ભાવ ઠાલવવા કોઈકની ભૂખ જાગી હતી. આગળનું વિચારવાનું બંધ કરી દેવા દિનેશ-હસ્મિતાને કોઈક – ના, ઘણાંબધાં માણસો જોઈતાં હતાં, તાત્કાલિક. એટલે બધું નક્કી કરીને દિનેશ અને હસ્મિતા નિહારિકાબહેન, નીલેશકુમાર, દેવદત્ત જાની અને અજય લાલવાણીના ફૅમિલી સાથે મહેસાણા જવા નીકળી પડ્યાં. એમાંય પસંદ કર્યો વૉટરપાર્ક. પાણી, સાહસ, ઉત્સાહ અને ઉમંગ કહો કે ઉત્સવનો માહોલ હોય. દિનેશ-હસ્મિતાને આવું જ કંઈક જોઈતું હતું. વિચારોનો કેડો છોડાવવો હતો. બધાં ફરવા ગયાં. આખો દિવસ મજા કરી. રાતેય રોકાઈ ગયાં. ખૂબ એન્જોય કર્યું. રાતે ખૂબ વાતો કરી પછી નિહારિકાબહેન સાથે ગાંધીનગર નજીક વરદાયિની માતાનાં દર્શને ગયાં. આ હરવા-ફરવા, માણવા, ગપ્પાં અને દર્શન પાછળનો હેતુ વિચારોને ભગાવવાનો હતો, ફિકરને નકારવાનો હતો. અને એકદમ નચિંત થઈને થોડા કલાકો જીવવાનો હતો, એકમેકનો સહવાસ માણવાનો હતો. ભવિષ્યના ગર્ભમાં શું હશે અને પોતાની જીવન-નૈયાને કેવી દશામાં, કઈ દિશામાં લઈ જશે એ બંનેમાંથી કોઈ જાણતું નહોતું. આ સમય પણ વીતી ગયો.

બીજા દિવસે જ હસ્મિતા મેફ્લાવરમાં ઇમ્પ્લાન્ટ માટે ગઈ. ત્યાંથી સીધાં ગાંધીધામ ઘરે આવી ગયાં. પરીક્ષા પતી ગઈ. હવે શરૂ થયો

પરિણામનો ફફડાટ. સવારે જાગતી વખતે હોય કે રાતે સૂતી વખતે હોય, બંનેના હોઠ પર હનુમાનચાલીસાના પાઠ ચાલુ જ હોય. બહુ જલદી બંનેને હનુમાનચાલીસા મોઢે યાદ રહી ગયા.

સમય વીતતો હતો. ચિંતા ગાઢ થતી જતી હતી. પોતે કરેલા પ્રયોગમાં હિંમતની જરૂર હતી, જે બંનેએ દિલથી બતાવી, પણ નિષ્ફળતા પચાવવાની હામ બેમાંથી એકેયમાં નહોતી. બંને ભલે એકમેકને સધિયારો આપતાં, હિંમત બંધાવતાં, પણ માંહ્યલો જાણે કે પોતાને ખુદને કેવો ગજબનાક ફફડાટ છે. અંદરની ચિંતાની બળતરા પર સ્મિતનો મુખવટો પહેરી રાખ્યો બંનેએ, એકમેક માટે.

૨૦-૨૫ દિવસ બાદ ચેકઅપ માટે જવાનું હતું. દિનેશ ઑફિસે ગયો. હસ્મિતા ડ્રાઇવર સાથે અમદાવાદ પહોંચી ગઈ. સાથે નિહારિકાબહેન. આમેય ટ્રીટમૅન્ટમાં એ સાથે જ હોય. ચેકઅપ બાદ ડૉ. સંજય પટેલે હસ્મિતાને કંઈ કહ્યા વગર સીધો ડૉ. અશોક પટેલને ફોન જોડ્યો અને અશોક પટેલ પછી ગાંધીધામ દિનેશને કૉલ લગાડવા માંડ્યા. એ કૉલમાં જે કંઈ સંભળાવવાનું હતું એ દિનેશ માની શકવાનો નહોતો. એવી તો કલ્પનાય ક્યાંથી હોય? અને આ બધા વચ્ચે હસ્મિતા બિચારી સાવ જ અજાણ હતી!

ડૉ. અશોક પટેલ ફોન પર સીધા મૂળ વાત પર આવી ગયા : 'કૉંગ્રેચ્યુલેશન્સ, દિનેશ!' બિચારો દિનેશ સમજી ન શક્યો કે મને તે વળી શેના અભિનંદન?

ડૉ. પટેલે ફોડ પાડ્યો : ગૂડ ન્યૂઝ છે. હસ્મિતાએ જોડકાં ટ્વિન્સ કન્સીવ કર્યાં છે. દિનેશ એકદમ સ્તબ્ધ, અવાચક થઈ ગયો. આખેઆખું અસ્તિત્વ થીજી ગયું. લાગણીતંત્ર બહેર મારી ગયું. થોડી પળોમાં સ્વસ્થ થયા બાદ દિનેશને હસ્મિતાને ફોન લગાવવાનું મન થયું. કયા શબ્દોમાં વાત કરું? કયાં અલંકાર-વિશેષણથી મારી લાગણી વ્યક્ત કરું? ના-ના, મારા મનની વાત કરી શકું એવા શબ્દ જ ક્યાં છે શબ્દકોશમાં?

પણ એમ શબ્દની કાખઘોડી ન હોય એટલે લાગણીનો ધોધ વહેતો થોડો અટકી જવાનો હતો? દિનેશે હસ્મિતાને ફોન કરીને કહ્યું, 'કૉંગ્રેચ્યુલેશન્સ! આપણે બબ્બે બાળકોનાં મા-બાપ બનવાનાં છીએ!'

હસ્મિતા સાચે માની જ ન શકી દિનેશના શબ્દોને. એ કંઈ બોલી ન શકી. ક્યાંય સુધી બંને મૂંગાં રહ્યાં. એ ચુપકીદીમાં ન જાણે કેટકેટલું સમાયેલું હતું! એકમેક પ્રત્યેનો પ્રેમ ને આપેલા કૉલ, આજીવન સાથનું વચન, પરમ તૃપ્તિ, એકબીજા માટે આભાર. સુક્કાભઠ્ઠ રણમાં ઉનાળાના ભરબપોરે ધોધમાર માવઠાથી પહોંચે એનાથી વધુ ઠંડક, શીતળતા અને શાતા બંનેના દાઝેલા-દુભાયેલા-પીડિત અસ્તિત્વને મળી હતી. હવે ઈશ્વર સામે કોઈ ફરિયાદ નહોતી, કોઈ માગણી નહોતી. સર્વસ્વ મળી ગયું. બંને ક્યાંય સુધી નિ:શબ્દ રહ્યાં ને પૂર્ણતાના બારે મેઘ ખાંગા થયા એમાં પલળતાં રહ્યાં, અવિરત — અનંત.

ડૉ. સંજય પટેલ અને એમની ટીમની ખુશીનો પાર નહોતો. દિનેશ-હસ્મિતા ડૉ. સંજય પટેલ અને એમના ભણી આંગળી ચીંધીને સતત સાથ આપનારાં નિહારિકાબહેનનો આભાર માનતાં થાકતાં નહોતાં. આમાં વધુ એક નાનકડી રાહત મળી. હવેથી ગાંધીધામમાં રૂટિન ચેકઅપ કરાવતા રહેવાની ડૉ. સંજય પટેલે સલાહ આપી. બે-ત્રણ મહિને મેફ્લાવર હૉસ્પિટલમાં સબ-સલામતની ખાતરી માટે જવાનું.

દિનેશ-હસ્મિતાના ઘરની દીવાલોને હવે મોટા, બુલંદ અવાજે આભારવશ સૂરે સવાર-બપોર-સાંજ હનુમાનચાલીસાના પાઠ સંભળાવા માંડ્યા. આ ભીંતોય જાણે બંનેને લાંબા સમયે મળેલી અને અનપેક્ષિત ખુશીથી ઝબકારા મારવા માંડી હતી. દિનેશ અને હસ્મિતાને એક હકીકત પરમ આનંદ આપતી હતી કે અમને છોડીને ગયેલી દીકરી પાછી આવવાની છે. દીકરીની જ વાતો, દીકરીનાં સપનાં અને દીકરી, દીકરી ને દીકરી સિવાયની કોઈ ચર્ચા નહીં.

અત્યાર સુધી મોટા ભાગનાં સંબંધીઓ સમક્ષ આઇ.વી.એફ. ટ્રીટમૅન્ટની જાહેરાત નહોતી કરાઈ. ગર્ભાવસ્થાના ત્રીજા મહિનામાં સૌને જાણ કરી. આ ખુશખબરથી દિનેશનાં ભાઈ, નાની, દાદી, કાકા-કાકી, મામા-મામી, પિતરાઈ ભાઈ-બહેનોએ એકસૂરે કોરસમાં આનંદ વ્યક્ત કર્યો.

હવે દિનેશને લાગવા માંડ્યું કે પોતે લીધેલું ઘર આવનારાં બાળકો માટે યોગ્ય નથી. ટૉઇલેટ-બાથરૂમ નાનાં હતાં. આખા ઘરનું રિનોવેશન કરાવીએ તો? બાળકની પોતાના જીવનમાં પાપા-પગલી થાય એ પહેલાં

ઘરનાં નકશો અને રંગરૂપ એકદમ બદલી નાખવાનું નક્કી કરી લીધું. બાળકને ગરમી ન થાય એટલે એ.સી. લગાવવાને પ્રાથમિકતા આપીને કામકાજ શરૂ કરાવી દીધું.

આખા ઘરના રિનોવેશનમાં દિનેશની સ્થિતિ અને જરૂરતને ધ્યાનમાં રખાઈ. બે મોટા બાથરૂમ બનાવવાના, જેમાં દિનેશની વ્હીલચૅર આસાનીથી અંદર-બહાર થઈ શકે. બંને બાથરૂમ પાછા બંને બેડરૂમ સાથે કનેક્ટ કરાવવાના. એક વેસ્ટર્ન કમોડ બેસાડાવ્યું. દિનેશની ઘરમાંથી અવરજવર માટે રેમ્પ બનાવવાનું પ્લાનિંગ થયું. અત્યાર સુધી લાકડાના કામચલાઉ રેમ્પથી ગાડું ગબડતું હતું.

સમય વીતવા સાથે ઘરનું કામ આગળ વધવા માંડ્યું. હસ્મિતાનું નિયમિત ચેકઅપ ચાલતું રહ્યું. અત્યાર સુધી કોઈ તકલીફ નહોતી. થૅન્ક ગૉડ! બંને આવનારાં બાળકની પોતાના પ્રભુની જેમ પ્રતીક્ષા કરતાં હતાં. બંનેનાં જીવન માટે આ એકમાત્ર અને સૌથી મોટી આશા હતી. એ પાપા-પગલી બંને માટે સંજીવની લઈ આવવાની હતી.

ડૉ. સંજય પટેલે સલાહ આપી કે ડિલિવરી મેફ્લાવર હૉસ્પિટલમાં જ કરાવીએ. દિનેશ અને હસ્મિતાને પણ એ જ જોઈતું હતું. જરાય જોખમ લેવું શા માટે? ગર્ભમાં બાળકો મેચ્યોર થવાની ગણતરી કર્યા બાદ ડૉ. સંજય પટેલે તારીખ જાહેર કરી : ૨૦૦૮ની ૧૦-૧૧ મે.

બે દિવસ અગાઉ હસ્મિતા અમદાવાદ જતી રહી, દિનેશના ઘરે. એ જ દિવસે મેફ્લાવર હૉસ્પિટલમાં ઍડમિટ થઈ ગઈ. બીજા દિવસે ઑપરેશન કરવાનું નક્કી થયું. આ જાણીને રાતોરાત દિનેશ પણ ગાંધીધામથી અમદાવાદ જવા રવાના થઈ ગયો.

અમદાવાદ ભણીની મુસાફરીમાં ગાડીની સમાંતર ચિંતા દોડતી હતી. દિનેશને ઘૂરકિયાં કરીકરીને યાદ અપાવે કે કાલે થશે શું? કંઈક આડુંઅવળું થયું તો? આવા વિચારોને ખંખેરવા દિનેશે માથાને જોરથી ઝાટકો માર્યો, પણ એમ કંઈ ફિકર કેડો મૂકે? અમંગળ કલ્પના મન-મગજ પરથી કબજો છોડતી નહોતી. દિનેશે મનોમન હનુમાનચાલીસાનું રટણ શરૂ કરી દીધું : જય હનુમાન જ્ઞાન ગુણ સાગર... અને નાસૈ રોગ હરે સબ પીડા, જપત નિરંતર હનુમંત બીરા, આવ્યું ત્યાં તો દિનેશ જાણે ચિંતામુક્ત થવા માંડ્યો.

37

અત્યાર સુધી મનમાં ગવાતા હનુમાનચાલીસાના શબ્દો હવે બહારના વાતાવરણમાં ભળવા માંડ્યા અને બીજી વારના રટણમાં 'સબ સુખ લહૈ તુમ્હારી સરના, તૂ રક્ષક કાહું કો ડરના:' આવતાં સુધીમાં દિનેશમાં જોશનો પ્રચંડ ઊભરો આવ્યો. હનુમાનદાદા પ્રત્યે આભાર વ્યક્ત કરવા બે બુંદ આંખમાંથી સરી પડ્યાં. હવે ગાડીની સમાંતર દોડતાં ચિંતાનાં ભૂત પૂંછડી દબાવીને પલાયન થઈ ચૂક્યાં હતાં.

આખેઆખું કુટુંબ હૉસ્પિટલને છલકાવતું હતું. દિનેશના ગોઝારા અકસ્માત બાદ એના અને હસ્મિતાના જીવનના એવા શુભ દિવસનું આગમન થયું હતું કે જ્યાંથી બંનેને જીવવાનાં મકસદ, ધ્યેય અને કારણ મળવાનાં હતાં. નિરર્થક નિસ્તેજ અસ્તિત્વમાં પ્રાણના પ્રાણવાયુનો સંચાર થવાનો હતો. આમ છતાં હસ્મિતા ચિંતામાં હતી, દરેક ડિલિવરી અગાઉ બધી મા હોય એમ જ : હે પ્રભુ, મારાં સંતાનને હેમખેમ રાખજે!

મોટી ઉંમર અને ચાલવામાં તકલીફ છતાં દિનેશનાં દાદી હૉસ્પિટલ ધરાર આવ્યાં. કોનાં-કોનાં નામ લેવાં? બધેબધાં ખડે પગે હતાં. બધાંની નજર ઑપરેશન થિયેટરના દરવાજા પર ચોંટેલી હતી. હસ્મિતા અંદર હતી. અંદર જાણે પોતાના જીવન-મરણનો ફેંસલો થવાનો હોય એવી દિનેશની મનઃસ્થિતિ હતી. પિતૃત્વપ્રાપ્તિની પરિતૃપ્તિની આશાના અખંડ દીવડા આસપાસ કંઈક અમંગળ, ખોટું થવાની તોફાની શક્યતાનું વાવાઝોડું ફરી રહ્યું હતું : 'યહ કહાની હૈ દિયે કિ ઔર તૂફાન કિ!'

બધાં વેઇટિંગ રૂમમાં બેઠાં હતાં. કોઈને નિરાંત, ધરપત કે શાંતિ નહોતી.

બધાંનાં મનમાં થતા ઈશ્વરસ્મરણના પડઘા પડે તો આખું અમદાવાદ ઈશ્વરમય થઈ ગયું હોત!

મનોમન ઈશ્વર-સ્મરણ, પ્રાર્થના અને ક્ષેમકુશળની સમૂહયાચનાને બ્રેક લાગી. ઑપરેશન થિયેટરના દરવાજા ખૂલવાથી દિનેશના શ્વાસ અધ્ધર થઈ ગયા, ગાત્રો ઢીલાં પડવા માંડ્યાં. લાગ્યું કે અચાનક કોઈકે શરીરમાંથી બધેબધી તાકાત અને પૂરેપૂરું લોહી એક પળમાં ખેંચી લીધાં! એ વ્હીલચૅરમાં હવા નીકળી ગયેલા ફુગ્ગાની જેમ નીચો ઢળવા માંડ્યો. બે હાથના જોરે તેણે માંડ-માંડ વ્હીલચૅર પકડી રાખી.

દરવાજો ખૂલ્યો. કોઈક સફેદ પડછાયો બહાર આવ્યો. એ નજીક આવતો હતો. દિનેશને થયું કે આટલો ધીમે-નિરાંતે કેમ ચાલે છે? બગીચામાં ટહેલવા નીકળેલ માણસમાંય આનાથી વધુ ઝડપ હોય. એ સફેદ પડછાયો ડૉક્ટરનો હતો. નજીક આવીને ડૉક્ટર બોલ્યા એ કોઈ માની ન શક્યું. કાન પર વિશ્વાસ જ ન બેસે. પાંચ-દસ પળની શૂન્યમનસ્કતા બાદ અચાનક બધાંમાં જીવ-સંચાર થયો. એકમેક સામે જોવાની શરૂઆત કરી. ડૉક્ટરના શબ્દો હજી રૂમમાં પડઘાતા હતા : એક દીકરો અને એક દીકરી આવ્યાં છે.

દિનેશને કોઈ રીતે વિશ્વાસ ન બેસે ડૉક્ટરની જાહેરાત પર! હસ્મિતા પ્રેગ્નન્ટ થઈ ત્યારથી માત્ર અને સતત એક દીકરીની રાહ હતી. આશા હતી અને પ્રાર્થના હતી. બેમાંથી એકેને કલ્પના કે વિચાર નહોતાં આવ્યાં કે છોકરો અને છોકરી બંને આવી શકે. ત્રણ દિવસમાં જ મૂકીને જતી રહેલી પરીના પ્રાણ આવવાની રાહ જોતી હતી, પણ પરીએ તો કમાલ કરી! પોતાની આંગળીએ ભાઈનેય લેતી આવી! હા, દીકરી એક મિનિટ મોટી હતી દીકરાથી, પણ દીકરીનું વજન ઓછું હતું, દીકરો બરાબર હતો. થોડીવારમાં બંનેને ટ્રોલીમાં બહાર લાવ્યાં ત્યારે ડૉ. સંજય પટેલે સૌથી પહેલાં દિનેશને પાસે બોલાવ્યો. દીકરીની આંખ ખુલ્લી હતી. એકદમ ફાટેલી આંખે તે જોતી હતી. જાણે દિનેશને પહેલેથી જાણતી-ઓળખતી ન હોય! એ પળ દિનેશ ક્યારેય ભૂલી શકવાનો નહોતો. દિનેશને તરત થયું કે આ તો હૂબહૂ મારી મમ્મી જેવી છે! દિનેશની આંખમાં ખુશીનાં આંસુ આવી ગયાં. દિનેશને બંને બાળકો બરાબર દેખાય એટલે ટ્રોલી

પરની લાઇટ ઑન કરાઈ. પ્રકાશને લીધે દીકરીએ આંખ બંધ કરવા માંડી એને જોઈને ડૉ. પટેલે તરત લાઇટ બંધ કરાવી. દિનેશ હલ્યાચલ્યા વગર જોતો જ રહ્યો.

હૉસ્પિટલના એક અલગ ડિપાર્ટમૅન્ટમાં બંને બાળકોને ચેકઅપ માટે લઈ જવાયાં, પણ દિનેશ ત્યાંથી ન હટ્યો. એની આંખોમાં બંને બાળકોનાં ચિત્ર અંકિત થઈ ગયાં હતાં, કાયમ માટે. સુખના અતિરેકથી એ શૂન્યાવકાશમાં સરી પડ્યો. મોઢામાંથી આપોઆપ નીકળી પડ્યું : જય હનુમાન જ્ઞાન ગુણ સાગર...

બંને બાળકોને ખાસ પેટીમાં રાખવામાં આવ્યાં. દીકરાનું વજન બરાબર હોવાથી સૌથી પહેલાં હસ્મિતા એને જોઈ શકે. ડૉક્ટરનું પ્લાનિંગ એવું કે હસ્મિતા સૌથી પહેલાં દીકરાને ફીડિંગ કરાવે અને પછી દીકરીને. વારાફરતી સ્તનપાન કરાવવાનું હતું, કારણ કે ઑપરેશનને લીધે હસ્મિતાને ખૂબ થાક અને નબળાઈ હતાં. પૂરતા આરામની જરૂર હતી, પણ પુત્ર હાથમાં આવતા હસ્મિતા પોતાની જાતને, પીડાને, નબળાઈને અને ઊંઘને ભૂલી ગઈ. એ આખી રાત જાગતી રહી અને વહાલસોયાને રમાડતી રહી. આવી હિંમતને દાદ આપવાની ક્ષમતા કયા શબ્દોમાં છે?

બીજા દિવસે દીકરી પણ હસ્મિતાને સોંપી દેવાઈ. એનું વજન ઓછું હોવાથી વધુ લોકો સ્પર્શ ન કરે એવી તાકીદ ખાસ કરાઈ, નહીંતર માસૂમને ચેપ લાગતાં વાર ન લાગે. આ બધામાં દિનેશ-હસ્મિતાની ખુશીનો પાર નહોતો. આસપાસ પરિવારજનો હતા, છતાં બંનેની નજર મળતી એ સાથે ઘણી બધી વાતો કહેવાઈ જતી, સંભળાઈ જતી. હજી બેઉને એકમેક સાથે ખૂબ વાતો કરવી હતી. બીજી તરફ પરમ સંતોષ હતો કે હવે કંઈ જ કહેવા-સાંભળવાની જરૂર નથી. બધેબધું મળી ગયું માગ્યા વગર!

38

બહાર ફોન પર ફોન ધણધણી રહ્યા હતા. કહેનારનો આનંદ બમણો થઈને પડઘાય સાંભળનારા તરફથી. ગાંધીધામમાં નાની, મામા-મામીને ગુડ ન્યૂસ આપી દીધા. હસ્મિતાની મમ્મી અને બહેનનાં કાન અને મન ખુશખબરથી છલકાઈ ગયાં. કાકાનો દીકરો વિનોદ અને દિનેશનો નાનો ભાઈ જિજ્ઞેશ સહપરિવાર બહારગામ ફરવા ગયો હતો, તેને પણ રૂડા સમાચાર પહોંચાડી દેવાયા. બેઉ પરિવાર માટે મે મહિનામાં જ દિવાળી આવી ગઈ. દિલમાં દીવડા ઝળહળી ઊઠ્યા, મનમાં તોરણ બંધાઈ ગયાં અને હૃદયમાં સુખની સરવાણી ગુંજવા માંડી.

હસ્મિતાને હૉસ્પિટલમાંથી રજા મળી એટલે સીધા ગયા સાબરમતીના ઘરે. ત્યાં પણ સગાં-સંબંધીઓનો મેળાવડો જામેલો. બધાંનો ખૂબ સાથ, સહકાર. ભાઈ-બહેનની છઠ્ઠીની વિધિ પણ પતાવી. દિનેશને નહાવાધોવાની તકલીફ થતી હતી એટલે ગાંધીધામ જવાનું નક્કી થયું. દિનેશ, હસ્મિતા, બંને બાળકો અને નાના ભાઈ જિજ્ઞેશની પત્ની પુષ્પાની સવારી ઊપડી ગાંધીધામ ભણી.

જે ઘરનું રિનોવેશન બાળકોને અવતરવા માટે હાથ ધરાયું હતું ત્યાં એકને બદલે બબ્બે બાળકોનાં પગલાં થયાં, એનાથી રૂડું શું? હવે બાળકોની આસપાસ દિનેશ-હસ્મિતાના સમય, દિવસો અને આખું જીવન પરોવાઈ ગયાં. બંને બાળકોનો જન્મ આશ્લેષાનક્ષત્રમાં થયાં હોવાથી સવા મહિના પછી બધી વિધિ કરવાની હતી. દિનેશે ત્યાં સુધી દાઢી કરવાની નહોતી. રિવાજ મુજબ તો તેણે મહિના સુધી બાળકોનાં મોઢાંય જોવાનાં નહોતાં, પણ એ તો ક્યાં શક્ય જ હતું? હવે બાળકોને કપડામાં બાંધવાં, સૂવડાવવાં, નવડાવવાં,

રમાડવાં અને માલીશ કરવામાં હસ્મિતા જોતરાઈ ગઈ. હસ્મિતાની મમ્મી ઉત્સાહભેર બાળસંભાળમાં મોખરે રહે, એનાથી હસ્મિતા થોડી નિરાંત અનુભવે. નાની-નાની તકલીફ માટે સગાથી વિશેષ એવા મિત્ર ડૉ. રાજેશ જેસવાણી ખડેપગે સદૈવ હાજર હોય. જેઓ બાળકોના ડૉક્ટર હતા.

સવા મહિના બાદ દિનેશના ખાસ મિત્ર યતિનને મોરબીથી આશ્લેષાનક્ષત્રની પૂજા કરવા માટે બોલાવાયો. બાળકોના નામ પડાયા હસ્તી અને હર્ષિલ. બંનેની રાશિ મમ્મીની જેમ કર્ક જ હતી. મિત્ર અજય લાલવાણીનાં પત્નીએ હસ્તી નામ સૂચવ્યું ને દિનેશ-હસ્મિતાને તરત જ ગમી ગયું. દિનેશ અને હસ્મિતાએ મળીને છોકરાનું નામ હર્ષિલ રાખી લીધું.

હવે હસ્મિતાને ૨૪ કલાકમાં પૂરાં ન થાય એટલાં કામ મળી ગયાં. આજીવન સંતોષ ન થાય એટલાં વહાલ-પ્રેમ મળી ગયાં. નવી જવાબદારીએ દિનેશને નવા જોમ, તાકાત અને સ્ફૂર્તિ આપ્યાં. ભાગીદાર સાથેની લકી મરીન કંપની ઉપરાંત પોતાનું કામકાજ ભારતી માર્કેટિંગના નામે શરૂ કર્યું. પરિવારજનો, ભાગીદારો અને કર્મચારીઓનાં ભરપૂર સાથ-સહકાર-સ્નેહ મળતાં હતાં. દિનેશ માનતો કે ઈશ્વરની કસોટી પૂરી અને કૃપા શરૂ થઈ.

એને ઑફિસે લઈ જવા-મૂકવા ડ્રાઇવર ધનજીભાઈ આવે. જરૂર પડે તો ભાગીદાર મહેશભાઈ કે શ્યામભાઈ, એન્જિનિયર પુરુષોત્તમભાઈ કે ભાઈનો ડ્રાઇવર તુલસીભાઈ આવે. ક્યારેક દિનેશ ફ્રેશ થઈને, જમીને તૈયાર બેઠો હોય, પણ લેવા આવનારને મોડું થાય. અડધો કલાક રાહ જોવી પડે. ક્યારેક એકાદ કલાક. ખૂબ ગુસ્સો આવે. હવે સખત વિચાર આવે કે કોઈ પર આધાર રાખ્યા વિના ઑફિસ જવું કેમ? ક્યારેક ફૅમિલીને ફરવા લઈ જવું હોય, છોકરાં સાજાં-માંદાં હોય કે અંગત કામકાજ હોય તો કોઈના પર પરાવલંબન શા માટે? ક્યાં સુધી?

મનમાં ગાંઠ બાંધી કે હું પોતે જ કાર ડ્રાઇવ કરીશ! ખાસ્સી શોધખોળ બાદ ગાંધીધામના યુવાન મનીષની હૅન્ડ-ડ્રાઇવિંગવાળી ગાડી શોધી કાઢી, જોઈ અને હાથ પણ અજમાવી જોયો. અંતે હ્યુંડાઈ આઇઈ-ટેન ઑટોમૅટિક લેવાનું નક્કી કર્યું. આનાથી ક્લચ અને ગીઅરની બે માથાકૂટમાંથી છુટકારો મળે. પછી જરૂરી સુધારા-વધારા કરાવી લીધા. કારનું સ્પેશયલ રજિસ્ટ્રેશન મેળવ્યું. થોડા સમયમાં ઑફિસ જવાનું હોય કે છોકરાંવને સ્કૂલમાં તેડવા-

મૂકવા જવાનું હોય, ફરવા જવાનું હોય કે હસ્મિતા સાથે લટાર મારવાનું મન હોય, દિનેશ નીકળી પડે ગાડી લઈને! અમદાવાદ સુધી જોતજોતાંમાં પહોંચી જાય. કાર સ્પેશ્યલ હતી, પણ હિંમત કરીને હસ્મિતાએ પણ ડ્રાઇવિંગ શીખી લીધું.

દિનેશને હવે જિંદગીથી, ઈશ્વરથી કે કોઈથી ફરિયાદ નહોતી. એ પોતાના સ્વર્ગમાં મસ્ત હતો. ફરી ધંધો જામતો હતો. મમ્મીના નામે શરૂ કરેલી ભારતી માર્કેટિંગનું ૫૦ હજારનું ટર્નઓવર એક કરોડ સુધી પહોંચાડ્યું. આ બધામાં દિનેશ સવાર-સાંજ બંને બાળકો સાથે સમય વિતાવવાનું ન ચૂકે, કોઈ સંજોગોમાં નહીં! સવારે રમાડે, વાતો કરે, ક્યારેક ક્રિકેટ રમાડે. સાથે બેસીને ટીવી જુએ. બહાર ફરવા લઈ જાય. દિનેશ અને હસ્મિતાનું એક જ ધ્યેય : બાળકોના ઉછેરમાં કોઈ ઊણપ-કચાશ-અભાવ ન રહે.

એક સમયે પોતે આપઘાતનો વિચાર કર્યો હતો એ યાદ આવતા દિનેશને કંપારી છૂટે, જાત પર હસવું આવે. હવે તો બંને બાળકોને મોટાં થતાં, સ્થિર થતાં જોવા છે. હસ્મિતાને કંઈ ક્યારેય કંઈ ઓછું ન આવે એની પળપળની ખેવના રહે છે. સ્વર્ગ વચ્ચે વિહરતાં-વિહરતાં દિનેશ પોતાના મુશ્કેલીભર્યા દિવસો ભૂલ્યો નથી, ક્યારેય ભૂલવાનો નથી. પોતાના પર જે વીત્યું અને અસહ્ય તકલીફો પડી એ બીજાને ન પડે એ માટે શું કરવું? આના જવાબમાં દિનેશને એક નવી દિશા મળી છે, મંજિલ મળી છે. આ મંજિલ આસાન નથી, પણ દિનેશને ક્યાં કંઈ આસાનીથી મળ્યું છે એ પોતાની નવી મંજિલ ભણી અગ્રેસર છે.

39

બંને બાળકો મોટાં થતાં હતાં. દિનેશ બંને ધંધા સંભાળવામાં અને બાળકોના ભરણપોષણમાં વ્યસ્ત હતો, મસ્ત હતો, છતાં તબિયતને હજુ જંપ નહોતો.

હસ્તી અને હર્ષિલ ચારેક વર્ષના થયાં ત્યારે દિનેશને અચાનક તાવ આવ્યો. તાવ ભારે અને પાછો ઊતરવાનું નામ ન લે. નાછૂટકે ગાંધીધામની હૉસ્પિટલમાં દાખલ થવું પડ્યું. તાવ આવવા કે જક્કીની જેમ વળગી રહેવાના કારણની ખબર જ ન પડે. સોનોગ્રાફી કરી ત્યારે પરિણામથી સૌને આંચકો લાગ્યો. અગાઉ જે ડાબા પગના ઉપરના ભાગમાં ચાંભાં પડી ગયાં હતાં ત્યાં જ બેડ-સોર થયો હતો, પરંતુ આ વખતે ચામડીની ઉપરથી શરૂ થવાને બદલે અંદર થયો હતો. હૉસ્પિટલના ડૉ. દીપક બાલાણીએ સલાહ આપી કે ફરી ડૉ. પીયૂષ દોશી પાસે જ જવું પડશે.

ફરી બરોડા અને ડૉ. પીયૂષભાઈએ ચેકો મૂકીને આખો ઘા સાફ કર્યો. પછી આ સડો કેટલો ઊંડો છે એ જાણવા સર્જરી કરી. આ વખતનો બેડ-સોર એકદમ ભયંકર હતો. એક જ સ્થળે ફરી-ફરી બેડ-સોર અને સર્જરી થવી એ જોખમી મામલો હતો. ફ્લેપ સર્જરી કરીને ડૉક્ટરે ચેતવણી આપી કે ફરીવાર બેડ-સોર લઈને આવતો નહીં મારી પાસે. દિનેશ બાર દિવસ ડૉ. પીયૂષ દોશીની હૉસ્પિટલમાં રહ્યો, પણ એ ખૂબ અપસેટ હતો. હૉસ્પિટલમાંથી રજા આપતી વખતે વૉર્નિંગ મળી કે ક્યારેય એકસાથે દશ મિનિટથી વધુ બેસવાનું નહીં.

એ પળે જ દિનેશે નક્કી કરી લીધું હતું કે જરૂર પડ્યે ધંધો બંધ

કરી દઈશ, પણ વધુ સમય બેસવું નથી હવે. ધીમે-ધીમે તબિયત સુધરવા માંડી. બેસવા માટે વિદેશથી એક ગાદી મંગાવી, ખૂબ મોંઘી. ધીમે-ધીમે દિવસમાં પાંચ-સાત કલાક બેસતો થયો.

આ સાથે દિનેશે નવાં સપનાં જોવા માંડ્યાં. એવું કંઈક બનાવું કે જેથી બેડ-સોરની સમસ્યાવાળા પેરાપ્લેજિક પેશન્ટને ફાયદો થાય. પોતે ઊભો થઈ શકે, ચાલી શકે અને બધું પોતાની મેળે થઈ શકે. જેને બેસવાની મનાઈ છે, ચાલવું શક્ય નથી એની મોબિલિટી લાવવાની ગડમથલમાં દિનેશ જોતરાઈ ગયો.

શેરડીના રસની ગાડી જોઈને એણે કંઈક વિચાર કર્યો. એક ટીવી પ્રોગ્રામમાં અભિનેતા અક્ષયકુમારને વ્હીલ બૅલેન્સિંગ સ્કૂટર પર જોયો, એના પરથી કંઈક વિચાર સ્ફુર્યો. અને ડૉ. અશોક પટેલને ત્યાં ઊભા થવાનું સાધન હતું, જેમાં ઘૂંટણને બાંધવાને બદલે એમ ને એમ ઊભા થવાની સગવડ હતી.

આ બધા આઇડિયા મિક્સ કરીને મોબિલિટી મૉડલ બનાવવાનો વિચાર આવ્યો. અભ્યાસ બાદ જ્યાંથી જે સામાન મળે તે લાવીને પોતાના વર્કશૉપ-કમ-ઑફિસમાં પ્રયોગ કરતો રહ્યો. પહેલું મૉડલ બનાવ્યું, પછી લાગ્યું કે એમાં ઉપયોગ કરેલી ટૅક્નૉલૉજી ઉપયોગી નથી. આખું મૉડલ ડિસમૅન્ટલ કરી નાખ્યું. નવી ટૅક્નૉલૉજીની શોધખોળ બાદ અમુક સ્પેરપાર્ટ્સ વિદેશથી મંગાવ્યા.

અમુક વસ્તુ વિદેશથી આવી શકે એમ નહોતી, કારણ કે વિદેશી કંપની એક નંગ મોકલવા-વેચવા માગતી નહોતી, પણ અલંગ શિપ-બ્રેકિંગમાં ખૂબ ખાંખાંખોળા કરીને એક નંગ મેળવીને જ દિનેશ જંપ્યો.

અગાઉનો અનુભવ હતો કે કોઈ મૉડલ ખૂબ લાંબું હતું, બીજું ખૂબ ભારે હતું, તો ત્રીજું વળી ફોલ્ડિંગ નહોતું. આ બધી અગવડ દૂર કરવી જરૂરી હોવાનું દિનેશને સમજાઈ ગયું. એ સિવાય પોતાને મૉડલ-મશીન બનાવ્યાનો સંતોષ મળે, પણ પેરાપ્લેજિક પેશન્ટ માટે એને ઉપયોગ કરવાનું લગભગ શક્ય ન બને.

હવે દિનેશ એવું મશીન વિકસાવી રહ્યો છે જે એને જ્યાંથી, જ્યારે ઊભા થવું હશે ત્યાં ઊભો કરી શકશે, જ્યાં બેસવું હશે ત્યાં બેસાડી શકશે,

અગાસી પર, ઑફિસ, બગીચા, પાર્ટીમાં હલનચલન થઈ શકશે. દિનેશને લાગે છે કે આનાથી બેડ-સોર થવાના ચાન્સ ઘટી જશે. આત્મવિશ્વાસનો ખૂબખૂબ સંચાર થઈ શકશે. એક પેરાપ્લેજિકને મળશે પાંખ... જાણે આતમ વીંઝે પાંખ. (શુભારંભ)

* * *

દિનેશ કલવાનાં કેટલાંક સંસ્મરણો

માતા સ્વ. ભારતીબહેન કલવા – પિતા સ્વ. મુરલીધર કલવા

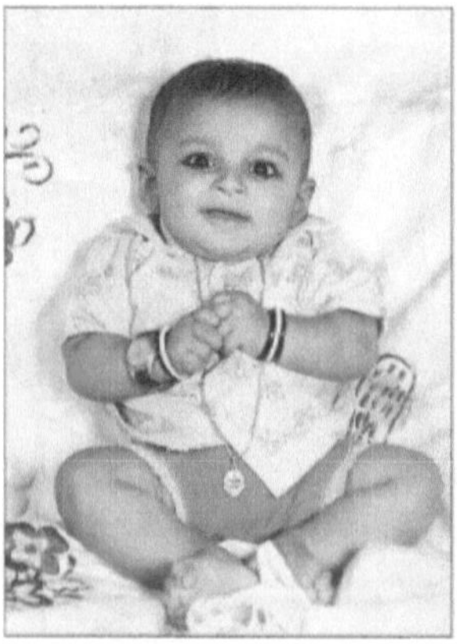

દિનેશ બાળપણમાં

ત્રણે ભાઈઓ જિજ્ઞેશ, જિતેન્દ્ર અને દિનેશ

દિનેશ બહેન અલકા સાથે, હસ્મિતા સાથે લગ્ન પછી, રશ્મિભાભી અને વત્સલ સાથે

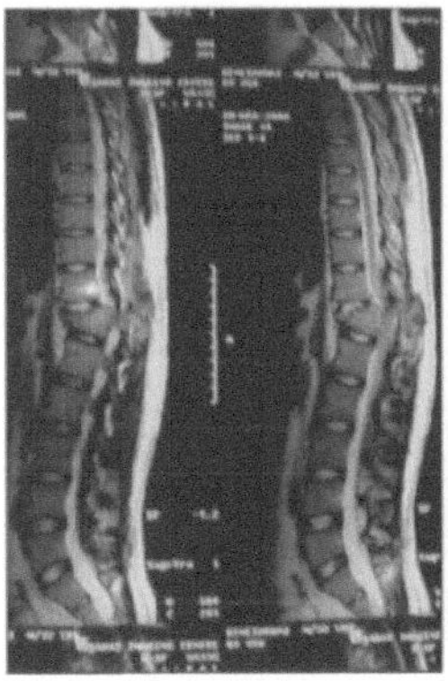
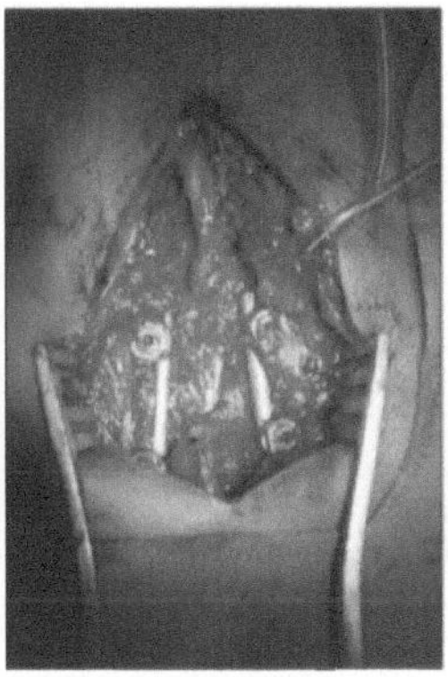
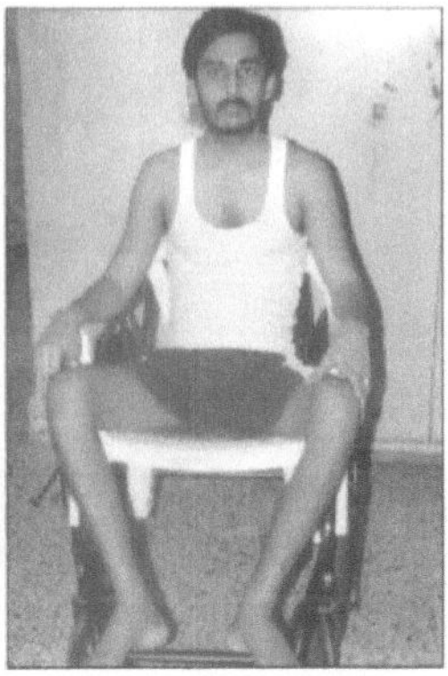

એમ.આર.આઈ. ઑપરેશન બાદ સળિયા સાથે અને પહેલી વખત વ્હીલચૅર પર દિનેશ

જિજ્ઞેશભાઈના પરિવાર સાથે, ઊભા રહી શકે તેવા સ્ટૅન્ડ સાથે દિનેશ

હસ્મિતા અને બાળકો સાથે આશ્લેષાનક્ષત્રની પૂજા,
બંને બાળકો હસ્તી અને હર્ષિલ

કસરત કરાવતા સમયે બાબુભાઈ અને બાળકો સાથે, હર્ષિલને માલિશ કરતા સમયે

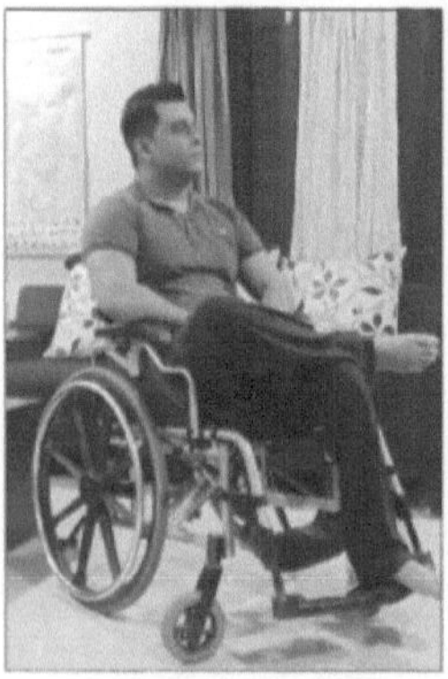

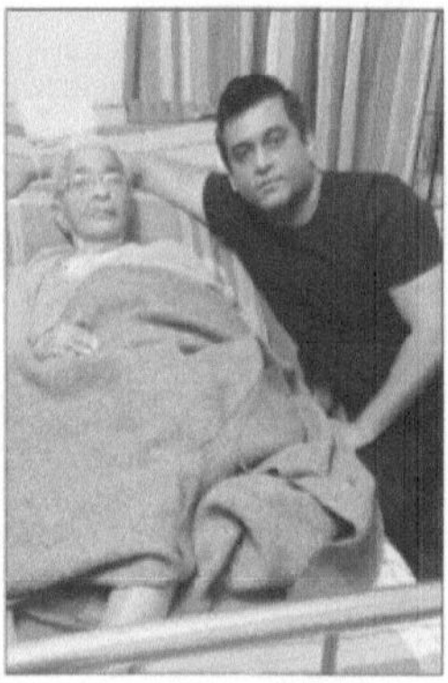

દિનેશ લાક્ષણિક મુદ્રામાં, ચાલવાની પ્રેક્ટિસ સમયે, હૉસ્પિટલમાં દિનેશ અને નાની

ગણપતિવિસર્જન સમયે ઑફિસ સ્ટાફ સાથે

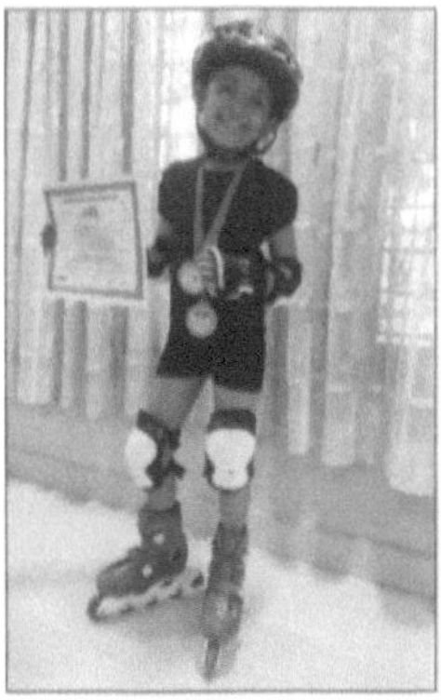

બંને બાળકો હસ્તી અને હર્ષિલ લાક્ષણિક મુદ્રામાં, હસ્તી મેડલ્સ અને સર્ટિફિકેટ સાથે

ઇટાલીના જીનિવામાં બાર્તોલોમી, લ્યુકા અને એલેક્સા સાથે, લેખક પ્રફુલ શાહ સાથે

દિનેશ કાર ડ્રાઇવિંગ કરતા સમયે, હસ્મિતાનાં માતા અને ભાઈની દીકરી સાથે

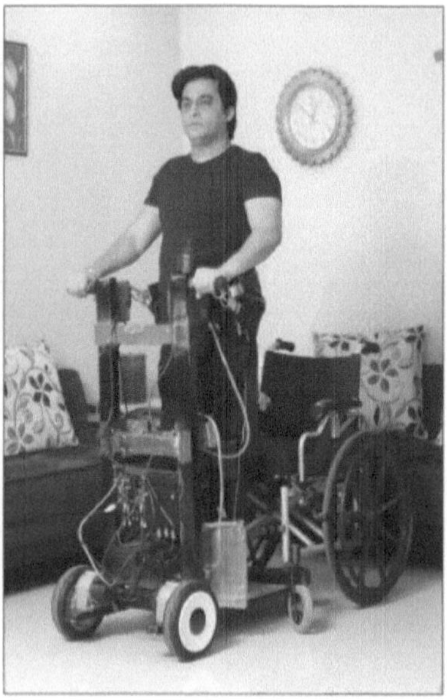

દિનેશ, પત્ની હસ્મિતા અને બંને બાળકો હસ્તી અને હર્ષિલ સાથે
પેરાપ્લેજિક દર્દીઓ માટે બનાવી રહેલ મશીનની ચકાસણી સમયે

મુંબઈ સમાચાર

પૂરક

મૈં ઝિંદગી કા સાથ નિભાતા ચલા ગયા

અશક્યને પણ શક્ય બનાવ્યું ગાંધીધામના યુવાને

દિનેશ કલવાના જીવનસંઘર્ષ પર 'મુંબઈ સમાચાર'માં કેતકી જાની દ્વારા છપાયેલ કવર સ્ટોરી અને 'અભિયાન' મૅગેઝિનમાં સુચિતા બોઘાણી કનર દ્વારા છપાયેલ લેખ

www.ingramcontent.com/pod-product-compliance
Ingram Content Group UK Ltd.
Pitfield, Milton Keynes, MK11 3LW, UK
UKHW041314190726
13845UKWH00025B/252

9 789393 223838